ഗ്രീൻ ബുക്സ്

ജീവിതം എന്നെ എന്തു പഠിപ്പിച്ചു?

സമ്പാദകൻ : ടി.എൻ. ജയചന്ദ്രൻ

കൊടുങ്ങല്ലൂർ സ്വദേശി. 1957ൽ സംസ്ഥാന സർവീസിൽ ഡെപ്യൂട്ടി കളക്ടറായി നിയമിതനായി.
1963 മുതൽ ഐ.എ.എസ്സിൽ. ജില്ലാ കലക്ടർ, റേഷനിങ്ങ് കൺട്രോളർ, സഹകരണ സംഘം രജിസ്ട്രാർ, വ്യവസായ വാണിജ്യ വകുപ്പു ഡയറക്ടർ, കൃഷി, ഉന്നത വിദ്യാഭ്യാസ, സാംസ്കാരിക വകുപ്പുകളുടെ സെക്രട്ടറി, കൊച്ചി തുറമുഖ ട്രസ്റ്റ് ചെയർമാൻ, കാലിക്കറ്റ് സർവകലാശാല വൈസ് ചാൻസലർ തുടങ്ങി മുപ്പത്തിയഞ്ചോളം ഉദ്യോഗങ്ങൾ വഹിച്ചു. 1994ൽ അഡീഷണൽ ചീഫ് സെക്രട്ടറി പദവിയിൽ നിന്നും വിരമിച്ചു. തുടർന്ന് സംസ്ഥാന പിന്നാക്ക വിഭാഗ കമ്മിഷൻ, പോലീസ് കമ്മിഷൻ എന്നിവയിൽ അംഗമായിരുന്നു.

പ്രധാന കൃതികൾ: *നോവലിസ്റ്റിന്റെ ശിൽപ്പശാല, കഥയുടെ പിന്നിലെ കഥ (അഭിമുഖ സംഭാഷണങ്ങൾ), സ്നേഹപൂർവ്വം, വിശ്വാസപൂർവ്വം (കഥകൾ), കൈരളി സന്നിധി (തൂലികാ ചിത്രങ്ങൾ), മന്ത്രിമാരും ഞാനും (അനുസ്മരണം), സൂര്യനു താഴെ (ലേഖനങ്ങൾ).*

ജീവിതം എന്നെ എന്തു പഠിപ്പിച്ചു?

സമ്പാദകൻ
ടി.എൻ. ജയചന്ദ്രൻ

ഗ്രീൻ ബുക്സ്

green books private limited
little road, ayyanthole, thrissur- 680 003
ph: 0487-2361038
website: www.greenbooksindia.com
e-mail: info@greenbooksindia.com

(malayalam)
jeevitham enne enthu padippichu?
(philosophy)
edited by
t.n. jayachandran

first published september 2003
reprinted january 2015
copyright reserved

cover photo : vysakh kizheppattu
cover design : rajesh chalode

Printed at
repro knowledgecast limited, thane

branches:
thrissur 0487-2422515
palakkad 0491-2546162
kannur 0497-2763038

isbn : 81-88582-21-2

---

no part of this publication may be reproduced, or transmitted in any form or by any means, without prior written permission of the publisher

മുഖക്കുറി

ഒരിക്കൽ ജീവിതം എന്ന സമസ്യ അന്വേഷിച്ചിറങ്ങിയ ശ്രീ. ടി.എൻ. ജയചന്ദ്രൻ, മലയാളത്തിലെ ഒരു പ്രമുഖ വാരികയിൽ പ്രസിദ്ധീകരിച്ച 'ജീവിതം എന്നെ എന്തു പഠിപ്പിച്ചു' എന്ന പംക്തിയിൽനിന്ന് ക്രോഡീകരിച്ച കുറിപ്പുകളുടെ ഒരു സമാഹാരമാണിത്. കേരളത്തിലെ സാമൂഹിക രാഷ്ട്രീയ സാഹിത്യരംഗത്ത് വ്യക്തിമുദ്ര പതിപ്പിച്ച ഒട്ടേറെ പ്രമുഖ വ്യക്തികളുടെ ജീവിത തിരനോട്ടങ്ങളാണ് ഇതിലെ കുറിപ്പുകൾ. ഇവരിൽ വലിയൊരു വിഭാഗം കാലയവനികയിലേക്ക് മറഞ്ഞുപോയി. ഇന്ന് ചിതയിലെ വെളിച്ചംപോലെ ആ കുറിപ്പുകൾ പ്രകാശമണിഞ്ഞു നിൽക്കുന്നു. ഈ പ്രമുഖ വ്യക്തിത്വങ്ങൾ അവശേഷിപ്പിച്ച ജീവിതചിന്തകൾ പുതിയ തലമുറയെ പ്രചോദിപ്പിക്കുന്നതാണ്. ഈ താളുകൾ മറിച്ചു നോക്കി വായനക്കാരന് തന്റെ ധർമ്മവിചാരങ്ങളിൽ മുഴുകാനാവുമെങ്കിൽ ഞങ്ങളുടെ കൃത്യം ധന്യമായി.

കൃഷ്ണദാസ്
മാനേജിംഗ് എഡിറ്റർ

ജീവിതം എന്നെ എന്തു പഠിപ്പിച്ചു?

ജീവിതം എന്നെ എന്തു പഠിപ്പിച്ചു? നാം ഓരോരുത്തരും അവനവനോടു തന്നെ നിരന്തരം ചോദിച്ചുകൊണ്ടിരിക്കേണ്ടതാണീ ചോദ്യം. പക്ഷെ അധികം പേരും അതിനൊരുമ്പെടാറില്ല. ഉത്തരം തങ്ങളെ അസ്വസ്ഥരാക്കുമോ എന്നതായിരിക്കാം ചിലരുടെ ഭയം. ഉത്തരം തങ്ങളുടെ തുടർന്നുള്ള ജീവിതത്തെ നിയന്ത്രിച്ചേക്കുമോ എന്നതാവും മറ്റു പലരുടെയും സംശയം. ഈ ചോദ്യം ചോദിക്കുന്നവരാകട്ടെ ഉത്തരം വെളിപ്പെടുത്താറില്ല. വെളിപ്പെടുത്തുവാനുള്ള സന്ദർഭമോ സൗകര്യമോ ഇല്ലാത്തതാകാം കാരണം. ഈ ചോദ്യം ഞാൻ മറ്റുള്ളവരോടു ചോദിക്കുവാൻ ഒരു കാരണമുണ്ട്. അതൊരു ചെറിയ കഥയാണ്. യാദൃച്ഛികമായ ഒരു സന്ദർശനം, അതിൽ നിന്നുണ്ടായ സൗഹൃദം, സൗഹൃദത്തിന്റെ ഫലമായി ഒരു കൊച്ചുസമ്മാനം, അതിൽനിന്ന് രൂപം കൊണ്ട ഒരാശയം, ആശയപ്രകാശനത്തിന് ലഭിച്ച യാദൃച്ഛികമായ അവസരം.

1991ൽ കേരളത്തിലെ ഉന്നത വിദ്യാഭ്യാസവകുപ്പിന്റെ കമ്മീഷണറും സെക്രട്ടറിയും ആയിരിക്കെ എനിക്ക് പോളിടെക്നിക്കുകളുടെ വികസനം സംബന്ധിച്ച ഒരു പരിപാടിയെക്കുറിച്ച് ലോകബാങ്ക് അധികൃതരുമായി ചർച്ചചെയ്യാൻ വാഷിംങ്ടണിൽ പോകേണ്ടി വന്നു. വർഷങ്ങളായി അർബുദചികിത്സയും ഗവേഷണവുമായി അവിടെ താമസിക്കുന്ന ഡോ. എം.വി. പിള്ള (പരേതനായ കൈനിക്കര മാധവൻപിള്ളയുടെ മകൻ) യുമായി പരിചയപ്പെട്ടതന്നാണ്. എന്റെ ബഹുമാനാർത്ഥം ഒരു മലയാളി സുഹൃദ്സംഗമം തന്നെ അദ്ദേഹം തന്റെ വസതിയിൽ നടത്തിക്കളഞ്ഞു. പെരുമാറ്റംകൊണ്ടും, മാന്യതകൊണ്ടും, സാഹിത്യ താത്പര്യംകൊണ്ടും, സൗഹൃദം കൊണ്ടും അദ്ദേഹം എന്നെ കീഴ്പ്പെടുത്തി എന്നതാണു സത്യം.

അതിനുശേഷം എപ്പോൾ കേരളത്തിൽ വന്നാലും ഞങ്ങൾ തമ്മിൽ കാണും. അദ്ദേഹം എനിക്ക് എന്തെങ്കിലും സമ്മാനം തരും. ഞാൻ, സമ്മാനമായി തിരികെ എന്തെങ്കിലും പുസ്തകങ്ങൾ നൽകും.

അത്തരം ഒരവസരത്തിൽ ഡോ. പിള്ള എനിക്ക് സമ്മാനിച്ച ഒരു ചെറിയ പുസ്തകമാണ് *ജീവിക്കുക, പഠിക്കുക, കൈമാറുക* (LIVE, LEARN AND PASS IT ON). അഞ്ചു വയസ്സു മുതൽ തൊണ്ണൂറ്റിയഞ്ച് വയസ്സുവരെ പ്രായമുള്ള ഏതാണ്ട് നാനൂറോളംപേർ ജീവിതത്തിൽനിന്ന് പഠിച്ചത് വായനക്കാർക്കായി പങ്കുവയ്ക്കുകയാണീ പുസ്തകത്തിൽ. ചിന്തോദ്ദീപകമായ ഈ അവലോകനങ്ങൾ എന്നെ വശീകരിച്ചു കളഞ്ഞു. പതുക്കെപ്പതുക്കെ, ഇത്തരം ഒരു സംരംഭം മലയാളത്തിൽ തുടങ്ങിയാലെന്ത് എന്ന ആലോചനയായി. അമേരിക്കൻ ഗ്രന്ഥത്തിൽ ഓരോ അവലോകനത്തിന്റെയും കർത്താവിന്റെ പേര് വെളിപ്പെടുത്തിയിട്ടില്ല; വയസ്സ് മാത്രമേ ഉള്ളു (എല്ലാവരുടെയും പേരുകൾ ഒരു പട്ടികയായി ചേർത്തിട്ടുണ്ടെങ്കിലും). അത്തരത്തിലൊന്ന് മലയാളികൾ സ്വീകരിക്കുമോ എന്ന കാര്യത്തിൽ സംശയം തോന്നി. അതിനാൽ പ്രശസ്തരുടെ പ്രതികരണം സമാഹരിക്കുകയാണ് തുടക്കത്തിൽ നല്ലതെന്ന നിഗമന ത്തിലെത്തി. പരീക്ഷണാർത്ഥം ആദ്യം സമീപിച്ചത് ബഹുമാനപ്പെട്ട ഇ.എം.എസ്. നമ്പൂതിരിപ്പാടിനെയാണ്. ഒരാഴ്ചയ്ക്കകം അദ്ദേഹത്തിന്റെ മറുപടി കിട്ടി. ചോദ്യത്തിന് സാമാന്യം വിശദമായ ഉത്തരം തന്നെ അദ്ദേഹം നൽകി. തുടർന്ന് പല പ്രഗത്ഭ വ്യക്തികളെയും സമീപിച്ചു. ഏതാനും പേരുടെ മറുപടി കിട്ടിക്കഴിഞ്ഞപ്പോഴാണ് *കലാകൗമുദി*യുടെ എഡിറ്ററായിരുന്ന എസ്. ജയചന്ദ്രൻ നായരുടെ കത്തുവരുന്നത്. പുതിയ വാരിക തുടങ്ങുന്നു, സഹകരിക്കണം. മറുപടിയായി എന്റെ സംരംഭത്തെക്കുറിച്ച് അദ്ദേഹത്തെ അറിയിച്ചു. കത്തുകിട്ടിയ ഉടനെ രണ്ടുപേരുടെ ഫോൺവിളികൾ വന്നു. ജയചന്ദ്രൻ നായരുടേതും,
വാരികയുടെ ഉപദേശകനായ ടി.ജെ.എസ്. ജോർജ്ജിന്റേതും. എന്റെ നിർദ്ദേശം സ്വീകരിച്ചിരിക്കുന്നു. അത് *സമകാലിക മലയാളം* വാരികയിൽ അവസാനത്തെ പേജിൽ പ്രത്യക്ഷപ്പെടും. ഞാൻ മാതൃകയായി അയച്ചുകൊടുത്തിരുന്നത് ഒ.എൻ.വി. കുറുപ്പിന്റെ അവലോകനമാണ്. അതാണ് ഒന്നാം ലക്കത്തിൽ കൊടുക്കാൻ അവർ തീരുമാനിച്ചത്. ആദ്യത്തേത് ഇ.എം.എസ്സിന്റേതാകണമെന്നായിരുന്നു എന്റെ ആഗ്രഹം. പക്ഷേ അത് അയച്ചു കൊടുക്കുവാനോ, പ്രസിദ്ധീകരിക്കുവാനോ സമയം ഉണ്ടായിരുന്നില്ല. അങ്ങനെയാണ് സമകാലിക മലയാളം ഒന്നാം ലക്കം (1997 മെയ് പതിനാറാം തീയതി) അവസാനത്തെ പേജിൽ ഒ.എൻ.വിയുടെ ജീവിത നിരീക്ഷണങ്ങളുമായി പുറത്തിറങ്ങിയത്. ഇ.എം.എസ്. രണ്ടാം ലക്കത്തിൽ പ്രത്യക്ഷപ്പെട്ടു. തുടർന്ന് ഒന്നൊഴിച്ചുള്ള എല്ലാ ആഴ്ചകളിലുമായി

ഇതുവരെ മുന്നൂറ്റിയിരുപത്തേഴ് പേരുടെ അവലോകനങ്ങൾ പ്രസിദ്ധീകരിക്കപ്പെട്ടു കഴിഞ്ഞു. അവരിൽ അതിപ്രശസ്തരും പ്രശസ്തരും അൽപ്പപ്രശസ്തരും അപ്രശസ്തരും ഉണ്ട്. ജീവിതത്തിൽനിന്ന് എല്ലാവർക്കും പാഠങ്ങൾ ലഭിക്കുന്നു. അതിൽനിന്ന് മറ്റുള്ളവർക്കും പഠിക്കാൻ കഴിയും. അതിനൊരു അവസരം നൽകലാണ് ഈ പുസ്തകം.

തെരഞ്ഞെടുക്കപ്പെട്ട കുറേപേരുടെ അവലോകനങ്ങൾ സമാഹരിച്ച് പ്രസിദ്ധീകരിക്കാൻ നേരത്തെ ഒരവസരത്തിൽ ഒരു പ്രസാധകൻ മുന്നോട്ടു വന്നതാണ്. പക്ഷേ അകാരണമായി, മുന്നോട്ടു വന്ന വേഗത്തിൽ തന്നെ അദ്ദേഹം പിൻവലിഞ്ഞു. പിന്നീടാണ് എന്റെ സുഹൃത്ത് ഗ്രീൻ ബുക്സിന്റെ കൃഷ്ണദാസ് ഇക്കാര്യത്തിൽ താൽപ്പര്യം പ്രകടിപ്പിച്ചത്.

ഇ.എം.എസ്. മുതൽ ലളിതാ ലെനിൻ വരെയുള്ള എഴുപത്തിമൂന്നു പേരുടെ ജീവിതനിരീക്ഷണങ്ങളുടെ സമാഹാരമാണീ ഗ്രന്ഥം. മുന്നൂറ്റി ഇരുപത്തയേഴിൽ നിന്ന് എഴുപത്തിമൂന്നു പേരെ തെരഞ്ഞെടുക്കുക തീരെ എളുപ്പമായിരുന്നില്ല. അഭിപ്രായം രേഖപ്പെടുത്തിയവരുടെ പ്രശസ്തി, അവലോകനങ്ങളുടെ വിശ്വാസ്യത, സ്വീകാര്യത എന്നിവയാണ് മാനദണ്ഡങ്ങളായതെന്നു പറഞ്ഞാൽ മുഴുവനാവില്ല. ഉൾപ്പെടുത്താൻ കഴിഞ്ഞവരെ ചൊല്ലിയുള്ള ആഹ്ലാദത്തേക്കാളേറെ മനസ്സിൽ ഉയർന്നു നിൽക്കുന്നത് ഉൾപ്പെടുത്തുവാൻ കഴിയാതെ പോയവരെ കുറിച്ചുള്ള അസ്വാസ്ഥ്യമാണ്.

ഇങ്ങനെയൊരു സംരംഭത്തിനു യാദൃച്ഛികമായാണെങ്കിലും കാരണമായി തീർന്ന ഡോ.എം.വി. പിള്ളയ്ക്ക് ഞാൻ ഈ പുസ്തകം നന്ദിപൂർവ്വം സമർപ്പിക്കുന്നു. അവലോകനങ്ങൾ പുസ്തകത്തിൽ ഉൾക്കൊള്ളിക്കാൻ അനുവാദം തന്നവരെയും ഹൃദയപൂർവ്വം സ്മരിക്കുന്നു. *ജീവിതം എന്നെ എന്തു പഠിപ്പിച്ചു?* എന്ന പംക്തി ശ്രദ്ധാപൂർവ്വം തുടർച്ചയായി പ്രസിദ്ധീകരിക്കുന്ന എഡിറ്റർ ശ്രീ.എസ്. ജയചന്ദ്രൻ നായർക്കും, അവലോകനങ്ങൾ പുനഃപ്രകാശനം ചെയ്യാൻ അനുവാദം നൽകിയ *സമകാലിക മലയാളം* ഉടമസ്ഥർക്കും നന്ദി. പുസ്തകം പ്രസിദ്ധീകരിക്കാൻ മുൻകൈ എടുത്ത ഗ്രീൻ ബുക്സിനും, അതിന്റെ സംഘാടകൻ കൃഷ്ണദാസിനും, അണിയറ പ്രവർത്തകർക്കും നന്ദി.

കുറഞ്ഞ സമയം കൊണ്ടാണീ പുസ്തകം തയ്യാറാക്കിയത്. അവലോകന കർത്താക്കളെക്കുറിച്ചുള്ള കുറിപ്പുകളിലും പകർത്തിയെഴുതിയ അവലോകനങ്ങളിലും തെറ്റുകൾ കടന്നു

കൂടിയിട്ടുണ്ടോ എന്ന സംശയം ബാക്കി നിൽക്കുന്നു. എല്ലാവരോടും മുൻകൂറായി ക്ഷമാപണം. *ജീവിതം എന്നെ എന്തു പഠിപ്പിച്ചു?* എന്ന ചോദ്യത്തിന് ജീവിതത്തിന്റെ വിവിധമേഖലകളിലുൾപ്പെട്ട എഴുപത്തിമൂന്നു പേർ നൽകുന്ന ഉത്തരങ്ങൾ ഈ പുസ്തകത്തിൽ വായിക്കാം.

വായന ഒന്നാം പേജിൽ നിന്നു തുടങ്ങാം; അവസാനത്തെ പേജിൽ നിന്നോ, ഇടയ്ക്കു നിന്നോ, ആകാം. ഓരോരുത്തരുടെയും ഉത്തരം വായിച്ചു കഴിയുമ്പോൾ സ്വയം ഈ ചോദ്യം ചോദിക്കുന്നത് നന്ന്. ജീവിതം എന്നെ എന്തു പഠിപ്പിച്ചു?

ടി.എൻ. ജയചന്ദ്രൻ

പ്രതികരിക്കുന്നവർ

ഇ.എം.എസ്. നമ്പൂതിരിപ്പാട് 14
ജസ്റ്റിസ് വി.ആർ. കൃഷ്ണയ്യർ 16
എ.പി. ഉദയഭാനു 18
കെ. കരുണാകരൻ 20
സുകുമാർ അഴീക്കോട് 22
എസ്. ഗുപ്തൻ നായർ 24
ഒ.വി. വിജയൻ 26
ബിഷപ്പ് പൗലോസ് മാർ പൗലോസ് 28
കെ.പി. നാരായണപ്പിഷാരോടി 30
എം. കൃഷ്ണൻനായർ 32
കെ.എം. മാത്യു 34
കെ.എം. ജോർജ് 36
മാധവിക്കുട്ടി 38
സി.ആർ. കേശവൻ വൈദ്യർ 40
വി.വി. രാഘവൻ 42
എം.കെ. ജോസഫ് 44
വൈക്കം ചന്ദ്രശേഖരൻ നായർ 46
പി. ഭാസ്ക്കരൻ 48
ടി.എൻ. ഗോപിനാഥൻ നായർ 50
എൻ. മോഹനൻ 52
എൻ.പി. മുഹമ്മദ് 54
ഡി.സി. കിഴക്കേമുറി 56
കുഞ്ഞുണ്ണി 58
ഡോ. ആർ. പ്രസന്നൻ 60
പ്രൊഫ. എ. ശ്രീധരമേനോൻ 62
എം. പ്രഭ 64
എസ്.എൽ. പുരം സദാനന്ദൻ 66
എം.പി. നാരായണപിള്ള 68
ഹൃദയകുമാരി 70
എം.എൻ. പ്രസാദ് 72
പി. ഗോവിന്ദപ്പിള്ള 74
കെ. സുരേന്ദ്രൻ 76
പവനൻ 78
ഭരത് ഗോപി 80

ടി.വി. കൊച്ചുബാവ 82
എം.ടി. വാസുദേവൻ നായർ 84
ഡോ. പി.കെ. വാരിയർ 86
ഒ.എൻ.വി. കുറുപ്പ് 88
എം.കെ. സാനു 90
അടൂർ ഗോപാലകൃഷ്ണൻ 92
ഡോ. എം.എസ്. വല്യത്താൻ 94
എം. മുകുന്ദൻ 96
വിഷ്ണു നാരായണൻ നമ്പൂതിരി 98
പി. പരമേശ്വരൻ 100
എം. ലീലാവതി 102
സുഗതകുമാരി 104
ഡോ. എൻ.ആർ. മാധവമേനോൻ 106
ജസ്റ്റിസ് കെ.ടി. തോമസ് 108
അക്കിത്തം 110
ഡോ. എം.ജി.എസ്. നാരായണൻ 112
എം. അച്യുതൻ 114
പെരുമ്പടവം ശ്രീധരൻ 116
സൂര്യ കൃഷ്ണമൂർത്തി 118
കെ. വേണു 120
എം.എ. ബേബി 122
കെ. സച്ചിദാനന്ദൻ 124
ഡോ. സി.കെ. രാമചന്ദ്രൻ 126
പുതുശ്ശേരി രാമചന്ദ്രൻ 128
സേതു 130
സാറാ തോമസ് 132
ഡോ. ടി.കെ. രവീന്ദ്രൻ 134
ഗ്രേസി 136
ബാബു പോൾ 138
സി. രാധാകൃഷ്ണൻ 140
ബി.ആർ.പി. ഭാസ്കർ 142
പുനത്തിൽ കുഞ്ഞബ്ദുള്ള 144
ചെമ്മനം ചാക്കോ 146
കെ. അശോകൻ 148
ജോർജ് ഓണക്കൂർ 150
പി. വൽസല 152
ഇ.വാസു 154
ഡോ. എം.വി. പിള്ള 156
ലളിത ലെനിൻ 158

ആദ്യപതിപ്പിനെഴുതിയ അവതാരിക 160
ഡോ. സുകുമാർ അഴീക്കോട്

ജീവിതം എന്നെ എന്തു പഠിപ്പിച്ചു?

ഇ.എം.എസ്. നമ്പൂതിരിപ്പാട്
(1909-1999)

മലപ്പുറം ജില്ലയിലെ ഏലംകുളത്ത് 1909ൽ ജനനം. കമ്യൂണിസ്റ്റ് പാർട്ടിയുടെ സമുന്നത നേതാവ്, എഴുത്തുകാരൻ, പത്രാധിപർ, വാഗ്മി. കോൺഗ്രസ് സോഷ്യലിസ്റ്റ് പ്രസ്ഥാനം കെട്ടിപ്പടുക്കുന്നതിൽ പ്രധാന പങ്കുവഹിച്ചു. പിന്നീട് ഇന്ത്യയിൽ കമ്യൂണിസ്റ്റ് പാർട്ടി സ്ഥാപിക്കുന്നതിൽ മുഖ്യ പങ്കാളിയായി. ഒളിവിലും തെളിവിലുമായി ആദ്യകാല പ്രവർത്തനം. കേരളീയ ജീവിതത്തിൽ ആഴമേറിയ മുദ്ര പതിപ്പിച്ച മഹാനുഭാവൻ. ഇ.എം.എസ്സിന്റെ അഭിപ്രായങ്ങളും വാദഗതികളും വ്യാപകമായി ചർച്ച ചെയ്യപ്പെടുകയും രാഷ്ട്രീയ തന്ത്രങ്ങളും നിലപാടുകളും ദൂരവ്യാപകമായ ഫലങ്ങൾ ഉളവാക്കുകയും ചെയ്തു. 1957ലും 1967ലും മുഖ്യമന്ത്രിയായി. 1970ൽ പ്രതിപക്ഷനേതാവായി. 1941 മുതൽ മരണം വരെ സി.പി.എം. കേന്ദ്രകമ്മിറ്റിയിലും പോളിറ്റ് ബ്യൂറോയിലും അംഗമായിരുന്നു. ഇംഗ്ലീഷിലും മലയാളത്തിലും നൂറോളം പുസ്തകങ്ങൾ. 1972-ലെ കേരള സാഹിത്യ അക്കാദമി അവാർഡ് ലഭിച്ചു. ഇ.എം.എസ്സിന്റെ തിരോധാനം കേരളത്തിന്റെ സാമൂഹിക, രാഷ്ട്രീയ, സാംസ്കാരികരംഗങ്ങളിലുണ്ടാക്കിയ വിടവ് നികത്താനാവാത്തതാണ്.

ജീവിതത്തിൽ നിന്ന് ഞാൻ പഠിച്ച പ്രധാന കാര്യം ജീവിച്ചിരിക്കുന്ന കാലത്ത് മുഴുവൻ ജനങ്ങളെ സേവിക്കണമെന്നാണ്.

ജനങ്ങളെ സേവിക്കുന്നതിന് പ്രധാനമായി രണ്ടു മാർഗ്ഗങ്ങളുണ്ട്. സാമൂഹ്യവും സാംസ്കാരികവും, സാമ്പത്തികവും രാഷ്ട്രീയവുമായ മേഖലകളിൽ നടത്തുന്ന പ്രായോഗിക പ്രവർത്തനമാണ് ഒന്ന്. രണ്ടാമത്തേത് ഈ പ്രായോഗിക പ്രവർത്തനത്തിന് സഹായകമായ ധൈഷണിക പ്രവർത്തനമാണ്. ഇതു രണ്ടും എന്റെ കഴിവനുസരിച്ച് ഞാൻ ചെയ്തിട്ടുണ്ട്.

പ്രായോഗിക പ്രവർത്തനം നടത്തുമ്പോൾ കുടുംബപരമായും സാമൂഹ്യമായും മറ്റും പല പ്രശ്നങ്ങളും ഉത്ഭവിക്കും.

അവ നമ്മുടെ വ്യക്തി ജീവിതത്തിൽ പ്രതിസന്ധികൾ സൃഷ്ടിക്കും. അവ പരിഹരിക്കണമെങ്കിൽ സ്വന്തം ആദർശം വിടാതെ മറ്റുള്ളവരുമായി ഒത്തുപോവാനുള്ള സന്നദ്ധത നമുക്കുണ്ടാവണം.

ഇതിൽ പ്രധാനമായ ഒരു കാര്യമാണ് നാം പ്രവർത്തിക്കുന്ന രാഷ്ട്രീയ പാർട്ടിയ്ക്കകത്ത് അഭിപ്രായ വ്യത്യാസങ്ങൾ പൊട്ടിപ്പുറപ്പെടുകയും പ്രതിസന്ധിയുളവാക്കുകയും ചെയ്യുന്നത്. അതു ചിലപ്പോൾ നമ്മുടെ വ്യക്തിജീവിതത്തിൽ തന്നെ പ്രതിസന്ധിയുളവാക്കിയേക്കും.

അതു പരിഹരിക്കണമെങ്കിൽ നാം മുഖ്യമായി കരുതുന്ന തത്വങ്ങൾ മുറുകെപ്പിടിച്ചുകൊണ്ടു തന്നെ അത്ര മൗലിക പ്രാധാന്യമില്ലാത്ത കാര്യങ്ങളിൽ വിട്ടുവീഴ്ച ചെയ്യാൻ നാം തയ്യാറാവണം.

സാമൂഹ്യ രാഷ്ട്രീയാദിതലങ്ങളിൽ പ്രവർത്തിക്കുമ്പോൾ തെറ്റുപറ്റുക സ്വാഭാവികമാണ്. അത് തികച്ചും ഒഴിവാക്കാൻ കഴിയുകയില്ല. പക്ഷെ കഴിയുന്നത്ര ഒഴിവാക്കുകയും പറ്റിയെന്നു കണ്ടാൽ ഉടൻ തെറ്റു സമ്മതിച്ച് തിരുത്തുവാൻ തയ്യാറാവുകയും വേണം. എന്റെ രാഷ്ട്രീയ ജീവിതത്തിൽ മാത്രമല്ല സാമൂഹ്യ സാംസ്കാരികാദി ജീവിതത്തിലും ഇതേ തത്വം ബാധകമാണ്. ■

സമ്പാ: ടി.എൻ. ജയചന്ദ്രൻ

ജസ്റ്റിസ് വി.ആർ. കൃഷ്ണയ്യർ

(1915-2014)

പാലക്കാട് ജില്ലയിൽ 1915ൽ ജനനം. നിയമജ്ഞൻ, ഭരണതന്ത്രജ്ഞൻ, പൊതുപ്രവർത്തകൻ. പാലക്കാട് ജനനം. മദ്രാസ് നിയമസഭാംഗം, ആഭ്യന്തര-നിയമ മന്ത്രി, ഹൈക്കോടതി ജഡ്ജി, ലാ കമ്മീഷൻ അംഗം എന്നിങ്ങനെ സംഭവബഹുലമായ ജീവിതം. പത്മവിഭൂഷൺ, സോവിയറ്റ്ലാൻഡ്-നെഹ്റു അവാർഡ്, ശ്രീ ജഹാംഗീർ ഗാന്ധി മെഡൽ എന്നീ ബഹുമതികൾ ലഭിച്ചിട്ടുണ്ട്. ഇംഗ്ലീഷിലും, മലയാളത്തിലും നിരവധി പുസ്തകങ്ങൾ രചിച്ചിട്ടുണ്ട്. എല്ലാ പൊതുപ്രശ്നങ്ങളിലും നിരന്തരമായ ഇടപെടൽ അദ്ദേഹത്തിന്റെ സജീവസാന്നിദ്ധ്യം വിളംബരം ചെയ്യുന്നവയായിരുന്നു.

ലോകത്തിൽ സുഖത്തേക്കാൾ കൂടുതൽ ദുഃഖമാണ് കാണുന്നത്. ഇതിന്റെ കാരണമന്വേഷിച്ച് പരിഹാരം തേടാൻ ക്ലേശം നിറഞ്ഞ അദ്ധ്വാനത്തിൽ മുഴുകിയിരിക്കുകയാണ് എന്റെ മനസ്സ്.

സത്യസന്ധന്മാർ കഷ്ടപ്പെടുമ്പോൾ സത്യവിരുദ്ധന്മാർ സുഖലോലുപരായി ജീവിക്കുന്നതിലെ വൈരുദ്ധ്യം എന്നെ ഞെട്ടിക്കുന്നു.

സത്യസന്ധതയിൽ നിന്നും പരക്ലേശ പരിഹാരത്തിനുള്ള യത്നത്തിൽ നിന്നും അകന്നു നിൽക്കാൻ എനിക്കു സാധിക്കുന്നില്ല. ഉള്ളിൽ ഈ പീഢനമാണ് ഞാൻ അനുഭവിക്കുന്നത്.

ഞാൻ ജയിലിൽ കിടന്നിട്ടുണ്ട്. സഹധർമ്മിണിയുടെ ചരമത്തിനു ശേഷം ജീവിതത്തിന്റെ വ്യർത്ഥത എന്നെ അലട്ടുന്നു. മരണാനന്തരം മനുഷ്യന് എന്തു സംഭവിക്കുന്നു എന്ന ശാസ്ത്രീയമായ അന്വേഷണവും എന്നിൽ സമ്മർദ്ദം ചെലുത്തുന്നു.

ഭൗതിക വിശ്വാസങ്ങൾക്ക് പുറമെ
ആത്മീയ തത്വങ്ങളും അടിസ്ഥാനപരമായി
അംഗീകരിക്കണമെന്ന് ഞാൻ കരുതുന്നു.

അഭിഭാഷകനായും മന്ത്രിയായും ന്യായാധിപനായും അതിനു ശേഷം ദീർഘകാലം ജീവിച്ചു പോരുന്ന വേളയിലും ഞാൻ തത്വദീക്ഷയോടു കൂടി സാമൂഹ്യസേവനമാണ് പരമപ്രധാനം എന്നു വിശ്വസിച്ച് അന്യരുടെ ദുഃഖത്തിൽ പങ്കാളിയാവണമെന്ന നിർബന്ധത്തോടെ പ്രവർത്തിച്ചു വരുന്നു.

ആത്മീയതയിലൂന്നിയ സ്ഥിതിസമത്വത്തിലും സർവ്വർക്കും ഭൗതികനീതി ലഭിക്കണമെന്ന സിദ്ധാന്തത്തിലും ഉറച്ചു വിശ്വസിച്ചുകൊണ്ടാണ് ഇന്നുവരെ ജീവിച്ചു വരുന്നത്. എങ്കിലും ഞാൻ ഇരുളിൽ വെളിച്ചമന്വേഷിച്ച് നടക്കുകയായിരുന്നു.

അസുരശക്തികളെ പരാജയപ്പെടുത്താൻ സാധിക്കുമെന്നും കരുണ, മാനവികത എന്നീ മൂല്യങ്ങൾ ലോകത്തിൽ ജീവിതക്രമമായി നടപ്പിൽ വരുത്താൻ സാധിക്കുമെന്നുമുള്ള ഉറച്ച വിശ്വാസമാണ് എന്നെ മുന്നോട്ട് നയിച്ചിട്ടുള്ളത്. ■

എ.പി. ഉദയഭാനു

(1915-2002)

സാഹിത്യകാരൻ, പത്രപ്രവർത്തകൻ, സ്വാതന്ത്ര്യസമരസേനാനി. ഹരിപ്പാട് നങ്ങ്യാർക്കുളങ്ങരയിൽ ജനിച്ചു. സ്റ്റേറ്റ് കോൺഗ്രസ്സിന്റെയും കോൺഗ്രസ് നിയമസഭ കക്ഷിയുടെയും സെക്രട്ടറി, തിരു-കൊച്ചി പി.സി.സി. അധ്യക്ഷൻ എന്നീ നിലകളിൽ സേവനമനുഷ്ഠിച്ചു. പ്രബോധം, ദീനബന്ധു എന്നിവയുടെ പത്രാധിപർ, മാതൃഭൂമിയുടെ റസിഡന്റ് എഡിറ്റർ, കേരള പബ്ലിക് സർവീസ് കമ്മീഷൻ അംഗം എന്നീ നിലകളിലും തന്റെ വ്യക്തിമുദ്ര പതിപ്പിച്ചിട്ടുണ്ട്. അർത്ഥവും അനർത്ഥവും, പ്രേമക്കിളി, അനാഥർ, ക്ഷേത്രമില്ലാത്ത ക്ഷേത്രം തുടങ്ങിയ കൃതികളുടെ രചയിതാവ്. ആത്മകഥ - എന്റെ കഥയും അൽപം.

ജനനത്തിൽ എന്റെ ഇച്ഛക്കു സ്ഥാനം ഒന്നും
ഉണ്ടായിരുന്നില്ല; എല്ലാവരുടെയും കഥ അതുതന്നെയല്ലേ?

നഗ്നനും നാമരഹിതനുമായിരുന്ന എനിക്ക് നാമവും
ജാതിയും മതവും മറ്റും മറ്റുള്ളവർ കെട്ടിവച്ചു.

മനുഷ്യജാതിയിൽ പിറന്നവരിൽ ചിലർ
ഉൽകൃഷ്ടനെന്നു വിചാരിച്ചു ഞെളിഞ്ഞും
നികൃഷ്ടനെന്നു ശങ്കിച്ചു കുമ്പിട്ടും നടക്കുന്നു.

മറ്റുള്ളവരുടെ സങ്കൽപവികൽപ്പങ്ങൾ ഉണ്ടാക്കുന്ന
പ്രവാഹത്തിൽപ്പെട്ട് ആലംബശൂന്യരായി
ഒഴുകുന്നവരാണ് നാം അധികവും.

കൊലപാതകവും തൂക്കിക്കൊലയും വന്നുഭവിച്ച
ആലുംമൂട്ടിൽ തറവാട്ടിലെ പിറവി എന്റെ മാനസിക
ഘടനയെ ബാധിച്ചിരിക്കണം.

അന്ത്യജനും താഴെയായ എന്നെ നമ്പൂതിരി
എഴുത്തിനിരുത്തി. ജാതി-മതങ്ങൾക്കപ്പുറത്തു
മനുഷ്യൻ ഉണ്ട് എന്നറിഞ്ഞു.

ഒൻപതാം വയസ്സിൽ പ്രസംഗിക്കാൻ തുടങ്ങിയ ഞാൻ
ഇപ്പോഴും തുടരുന്നു. കേൾക്കാനും സഹിക്കാനും
കുറച്ച ് നിരപരാധികളായ മനുഷ്യർ.

ഗാന്ധിജിയും കോൺഗ്രസ്സും ഖദറും
പത്രപ്രവർത്തനവും എന്റെ ജീവിതത്തിലേക്ക്
കടന്നു വന്നത് ദേശാഭിമാനി ടി.കെ. മാധവനായ
എന്റെ ചിറ്റപ്പനിൽ കൂടെയാണ്.

എന്റെ ജീവിതത്തിൽ നിന്നു ഞാൻ മനസ്സിലാക്കിയത്
നേരത്തെ ഗാർഹസ്ഥ്യം തുടങ്ങണം എന്നാണ്.
ഞാൻ ബി.എ.യ്ക്ക് പഠിച്ചിരുന്നപ്പോൾ
സതീർത്ഥ്യയുമായി ഉഗ്രൻ പ്രണയം.
അചിരേണ സഫലീകരിച്ചു. അഞ്ചു മക്കൾ.
കുടുംബാസൂത്രണം വേണമെന്നു പഠിച്ചു.

എന്റെ ജീവിതത്തിൽ നിന്നു ഞാൻ പഠിച്ചത്
ആരും എന്നെക്കാൾ അത്രവളരെ ഉപരിയുമല്ല
അത്ര വളരെ താഴെയുമല്ല. എന്നാൽ
സാഹചര്യങ്ങളാണ് മിക്കവാറും നിർണ്ണായകമാകുന്നത്. ■

കെ. കരുണാകരൻ

(1918-2010)

ഭരണതന്ത്രജ്ഞൻ, രാഷ്ട്രീയ പ്രവർത്തകൻ, തൊഴിലാളി നേതാവ്, മുൻകേന്ദ്രമന്ത്രി, മുൻമുഖ്യമന്ത്രി. കേരള രാഷ്ട്രീയത്തിൽ നിറഞ്ഞു നിൽക്കുന്ന അത്യപൂർവ്വ വ്യക്തിത്വം. കണ്ണൂർ ചിറയ്ക്കലിൽ ജനനം. തിരു-കൊച്ചി നിയമസഭാംഗം, കേരള നിയമസഭാംഗം, പാർലമെന്റ് അംഗം, എന്നീ നിലകളിൽ സേവനമനുഷ്ഠിച്ചു. 1969ൽ കോൺഗ്രസ് പിളർന്നപ്പോൾ ഇന്ദിര പക്ഷത്ത് നിന്നു. നാലുതവണ മുഖ്യമന്ത്രി യായിരുന്നിട്ടുണ്ട്. ശതാഭിഷേകം കഴിഞ്ഞിട്ടും രാഷ്ട്രീയരംഗത്ത് കോൺഗ്രസ്സിലെ ഐ.വിഭാഗത്തിന്റെ സജീവനേതൃത്വത്തിൽ തുടരുന്നു. കേരള രാഷ്ട്രീയത്തിലെ സമുന്നതൻ.

ഏതു കാര്യവും താൽക്കാലികമായി സ്വന്തം നേട്ടങ്ങൾക്കുവേണ്ടി പ്രയോജനപ്പെടുത്താനുള്ള പ്രവണത ഉണ്ടായിക്കഴിഞ്ഞാൽ അത് അവസാനത്തിന്റെ ആരംഭമായിരിക്കും. പക്ഷേ, ഇന്ന് അതിനാണ് മുൻതൂക്കം.

മനുഷ്യന്റെ സ്വഭാവത്തിലുള്ള പ്രത്യേകതകളുടെ മാറ്റുരയ്ക്കുന്നവയാണു വ്യക്തിബന്ധങ്ങൾ. വ്യക്തിബന്ധങ്ങളിൽ പലപ്പോഴും കയ്പേറിയ അനുഭവങ്ങളുണ്ടായിട്ടുണ്ടെങ്കിലും ആ ബന്ധങ്ങളോരോന്നും പ്രത്യേക പാഠങ്ങളായിരുന്നു. 'പാത്രമറിഞ്ഞു ദാനം' എന്ന പഴഞ്ചൊല്ല് വ്യക്തിബന്ധങ്ങളുടെ കാര്യത്തിൽ അക്ഷരംപ്രതി ശരിയാണ്.

നമ്മുടെ പൗരാണികങ്ങളായ ആചാരങ്ങളും അനുഷ്ഠാനങ്ങളും വിശ്വാസങ്ങളുമൊക്കെ ശരിയ്ക്കു വിലയിരുത്തി നോക്കിയാൽ ഭാരതത്തിന്റേതായാലും കേരളത്തിന്റേതായാലും സംസ്കാരത്തിൽ ഊറ്റം കൊള്ളുന്നതിൽ തെറ്റില്ലെന്നു മാത്രമല്ല അതു ശരിക്കും ചെയ്യേണ്ടതാണെന്നും ബോദ്ധ്യപ്പെടും.

ദാമ്പത്യജീവിതത്തിൽ വിശ്വസ്തയായ പങ്കാളിയേക്കാൾ വലിയൊരു ഘടകം വേറെയില്ല. മനുഷ്യന്റെ സുഖത്തിലും ഉയർച്ചയിലും കർമ്മരംഗത്തുള്ള വിജയത്തിലും പരാജയത്തിലും വിശദീകരണത്തിനതീതമായ ഒരു ശക്തി അതിനുണ്ട്. എന്നെ സംബന്ധിച്ചിടത്തോളം ദാമ്പത്യജീവിതം എന്റെ ജീവിതത്തിന്റെ അവിഭാജ്യഘടകമായിരുന്നു.

സുകുമാർ അഴീക്കോട്

(1926-2012)

എഴുത്തുകാരൻ, അധ്യാപകൻ, പ്രഭാഷകൻ. മലയാള സാഹിത്യ സാംസ്കാരിക രംഗത്ത് നിറഞ്ഞു നിൽക്കുന്ന ബഹുമുഖ വ്യക്തിത്വം. കൗമാരത്തിൽത്തന്നെ ഉപനിഷത്തുകളുമായുള്ള സഹവാസം. പത്രപ്രവർത്തനവുമായി നിരന്തരം ബന്ധപ്പെട്ട യൗവ്വനം. പന്ത്രണ്ട് വർഷം സമസ്ത കേരള സാഹിത്യപരിഷത്തിന്റെ പ്രസിഡന്റ്. കാലിക്കറ്റ് സർവ്വകലാശാല പ്രൊ-വൈസ് ചാൻസലർ. കേരള-കേന്ദ്രസാഹിത്യ അക്കാദമികളുടെ നിർവാഹക സമിതിയിൽ അംഗമായും നവഭാരതവേദി എന്ന സാംസ്കാരിക സാമൂഹിക സംഘടനയുടെ സ്ഥാപകപ്രസിഡന്റായും സേവനമനുഷ്ഠിച്ചു. രമണനും മലയാളകവിതയും, ശങ്കരക്കുറുപ്പ് വിമർശിക്കപ്പെടുന്നു, മലയാള സാഹിത്യ വിമർശനം, തത്വമസി, തുടങ്ങിയ പ്രസംഗങ്ങൾ. ഗുരുവിന്റെ ദുഃഖം, മഹാത്മാവിന്റെ മാർഗ്ഗം തുടങ്ങി അനേകം പ്രശസ്ത കൃതികൾ. കേരള സാഹിത്യ അക്കാദമി അവാർഡ്, വയലാർ അവാർഡ് എന്നിവ ലഭിച്ചിട്ടുണ്ട്.

പഠിക്കുക എന്നുവെച്ചാൽ 'മനസ്സിലാക്കുക'
എന്നാണ് നാം കൊടുത്തുവരുന്ന അർത്ഥം.
പക്ഷേ ശരിക്കു പഠിച്ചവൻ - ജ്ഞാനി - പഠിച്ചതും
കർമ്മത്തിലേക്ക് സംക്രമിപ്പിക്കുന്നു.
ലോകം അങ്ങനെയാണ്. അതുകൊണ്ടാണ്
'ചരിത്രത്തിൽ നിന്ന് നാം പഠിച്ചത് ഒന്നും പഠിക്കാനില്ല
എന്നതാണ്' എന്ന ചൊല്ലുണ്ടായത്.

വിശേഷിച്ചൊന്നും പഠിച്ച ലക്ഷണമില്ല.
കാരണം മുമ്പ് ചെയ്തിരുന്നതുപോലെ തന്നെയാണ്
ഇപ്പോഴും ചെയ്തു വരുന്നത്.

എന്നും കർമ്മം ചെയ്യുക എന്ന പാഠം ഞാൻ
മനസ്സിലാക്കി വെച്ചിട്ടുണ്ട്. പക്ഷെ ഇത് അറിഞ്ഞു
കൊണ്ടുതന്നെ ഞാൻ കർമ്മം ചെയ്യുന്നത്,
എന്റെ ചീത്ത ഉദ്ദേശ്യത്തോടെയായിരിക്കും.
ഈ രീതി മാറ്റാൻ പ്രയാസം.

ജീവിതത്തിൽ നിന്ന് ഒന്നും ആഗ്രഹിക്കാതിരിക്കുക
എന്നും പഠിച്ചിട്ടുണ്ട്. ശരി, പക്ഷെ ഞാനാഗ്രഹിക്കുന്നത്
ചീത്ത ആഗ്രഹമാണെന്ന് ഞാൻ സമ്മതിക്കില്ല.

ഇവയിൽ നിന്ന് വേണമെങ്കിൽ ഒരു പാഠം
പഠിച്ചതായി സമ്മതിക്കാം. നാം പാഠം പഠിക്കുന്നു,
പക്ഷെ നമ്മുടെ ജീവിതം പരീക്ഷണം നേരിടുമ്പോൾ,
നമ്മുടെ വിജയം നാം ലക്ഷ്യമാക്കുന്നു.
വ്യാസനും ബുദ്ധനും ക്രിസ്തുവും നബിയും
ഉപദേശങ്ങൾ കൊണ്ട് അനുഗ്രഹിച്ച ലോകം
ഈ ദുരവസ്ഥയിൽ എത്തിയത് എന്തുകൊണ്ടാണ്?
പാഠം പഠിച്ചിട്ടാണോ? അല്ല. പഠിച്ചില്ല അതാണ് പാഠം! ∎

പ്രൊഫ. എസ്. ഗുപ്തൻ നായർ

(1919-2006)

കൊല്ലം ജില്ലയിലെ ഓച്ചിറയിൽ 1919ൽ ജനനം. എഴുത്തുകാരൻ, പ്രബന്ധകാരൻ, സാഹിത്യ വിമർശകൻ. മലയാള സാഹിത്യത്തിലെ ശ്രദ്ധേയമായ നിരൂപക വ്യക്തിത്വം. കോളേജധ്യാപകൻ, പ്രിൻസിപ്പൽ എന്നീ നിലകളിൽ സേവനം അനുഷ്ഠിച്ചു. ഗ്രന്ഥാലോകം, സന്നിധാനം എന്നീ സാഹിത്യ പ്രസിദ്ധീകരണങ്ങളുടെ എഡിറ്ററായിരുന്നു. പ്രധാന കൃതികൾ: സമാലോചന, ഇസങ്ങൾക്കപ്പുറം, ക്രാന്തദർശികൻ, വാഗർഥവിചാരം, ടാഗൂർ, കാവ്യസ്വരൂപം, തിരയും ചുഴിയും, തിരഞ്ഞെടുത്ത പ്രബന്ധങ്ങൾ, അഞ്ചു ലഘുനാടകങ്ങൾ, സൃഷ്ടിയും സ്രഷ്ടാവും, അസ്ഥിയുടെ പൂക്കൾ, ചങ്ങമ്പുഴ കവിയും കവിതയും, ആത്മകഥ - മനസാ സ്മരാമി. കേരള സാഹിത്യ അക്കാദമി, സാഹിത്യ പ്രവർത്തക സഹകരണസംഘം, കേരള സാഹിത്യ സമിതി എന്നിവയുടെ അദ്ധ്യക്ഷനായിരുന്നു. കേന്ദ്ര സാഹിത്യ അക്കാദമി അവാർഡ്, കേരള സാഹിത്യ അക്കാദമി അവാർഡ്, എഴുത്തച്ഛൻ പുരസ്കാരം എന്നിവ നേടിയിട്ടുണ്ട്.

അതിഭക്ഷണം. അതിഭാഷണം. അതിനിദ്ര.
ഇവ മൂന്നും ഒഴിവാക്കുന്നതുകൊണ്ട്
വലിയ നേട്ടങ്ങൾ ഉണ്ടാകും.

ജീവിതവിജയം മാത്രമല്ല. മനഃസുഖവും
അനുരഞ്ജനത്തിൽ നിന്നേ ലഭിക്കൂ.
വാശി പിടിച്ചാൽ നേട്ടമല്ല, നഷ്ടമാണ്.

അകാരണമായി പോലും ഒരുവനു ശത്രുക്കൾ
ഉണ്ടാകാം. ആ ശത്രുക്കളോടു പോലും ശത്രുത്വം
വെടിയുക. മനഃസുഖം ലഭിക്കും.

എഴുത്തുകാരൻ എന്ന നിലയ്ക്ക് ഒരാൾ എന്നും
എഴുതിക്കൊള്ളണമെന്നു ഞാൻ വിശ്വസിക്കുന്നില്ല.
പക്ഷേ ഒന്നും വായിക്കാത്ത ഒരുദിവസം എനിക്കു
സങ്കൽപിക്കാൻ സാധിക്കുന്നില്ല.

ആവശ്യങ്ങളും ആഗ്രഹങ്ങളും പരിമിതപ്പെടുത്തുക.
ആഗ്രഹങ്ങൾ വർദ്ധിച്ചാൽ സുഖം അപ്രാപ്യമാണ്.
വേണ്ടെന്നു വച്ചാൽ ബഹുസുഖം

നല്ല വാക്കും നല്ല പെരുമാറ്റവും വലിയ മുതൽമുടക്കാണ്.
പലിശ കിട്ടുന്നത് സ്നേഹവും ബഹുമാനവും.

സത്യം എപ്പോഴും വിളിച്ചു പറയണമെന്നില്ല.
പലതും ഉള്ളിലൊതുക്കേണ്ടി വരും - നീലകണ്ഠൻ
വിഷത്തെ എന്ന പോലെ.

ബുദ്ധൻ വിധിച്ച മധ്യസുവർണ്ണമാർഗ്ഗം എപ്പോഴും
സ്വീകാര്യമല്ല. പത്തിന് എട്ടും അത് നന്ന്.
പക്ഷേ പത്തിൽ രണ്ട് കാര്യങ്ങളിൽ അറ്റത്തോളം
പോകണം - വളരെ കരുതലോടെ.

കുട്ടികളെ നിയന്ത്രിക്കുന്നതിന് ഒരു നിയന്ത്രണം വേണം.
പരമഹംസൻ പറഞ്ഞതുപോലെ നല്ല ചെടിക്കു
വേലി കെട്ടണം. പക്ഷേ വേലിക്കു ഒരു വാതിലും വേണം -
കയറാനും ഇറങ്ങാനും.

അധ്യാപകൻ എന്ന നിലയ്ക്കു പഠിച്ചത്, എന്നും
വിദ്യാർത്ഥി ആയിരിക്കണം എന്നാണ്. ഇന്നും
വിദ്യാർത്ഥിയായിരിക്കുന്നതിന്റെ സുഖം അവാച്യം. ∎

സമ്പാ: ടി.എൻ. ജയചന്ദ്രൻ

ഒ.വി. വിജയൻ
(1931-2005)

പാലക്കാട് ജില്ലയിലെ മണലിയിൽ 1931ൽ ജനനം. നോവലിസ്റ്റ്, കഥാകൃത്ത്, കാർട്ടൂണിസ്റ്റ്, കോളമിസ്റ്റ്. വിദ്യാഭ്യാസാനന്തരം കോളേജ് അധ്യാപകനായി. 'ഖസാക്കിന്റെ ഇതിഹാസ'ത്തിലൂടെ മലയാള സാഹിത്യത്തിൽ ചിരപ്രതിഷ്ഠ നേടി. ഡൽഹി കേന്ദ്രീകരിച്ച വരയും കോളമെഴുത്തും അഖിലേന്ത്യാ പ്രശസ്തി നൽകി. പിന്നീട് ഇംഗ്ലീഷു പത്രങ്ങൾക്കുവേണ്ടി സ്വതന്ത്രലേഖകനായി. ഹിന്ദു, മാതൃഭൂമി പത്രങ്ങൾക്കുവേണ്ടിയും കലാകൗമുദി ആഴ്ചപ്പതിപ്പിനു വേണ്ടിയും കാർട്ടൂണുകൾ വരച്ചു. ഒട്ടുമിക്ക കഥകളും നോവലുകളും ഇംഗ്ലീഷി ലേക്ക് മൊഴിമാറ്റം ചെയ്യപ്പെട്ടിട്ടുണ്ട്. പ്രധാന കൃതികൾ: ധർമ്മ പുരാണം, ഗുരുസാഗരം, മധുരം ഗായതി, വിജയന്റെ കഥകൾ, കടൽത്തീരത്ത്, കുറേ കഥാബീജങ്ങൾ. കേരള സാഹിത്യ അക്കാദമി അവാർഡ്, കേന്ദ്ര സാഹിത്യ അക്കാദമി അവാർഡ്, വയലാർ അവാർഡ്, മുട്ടത്തുവർക്കി അവാർഡ് തുടങ്ങിയവ ലഭിച്ചു.

എന്റെതന്നെ ദേഹത്തിലും ദേഹിയിലും
അവകാശമില്ലാതെ പാർത്തുപോരുന്ന
ഒരു അന്യനാണ് ഞാൻ. എന്തെങ്കിലും വായിക്കുമ്പോൾ
വായന ദരിദ്രവും എളിമയുറ്റതും ആണെന്ന കാര്യം ഇരിക്കട്ടെ.
പുസ്തകത്തിൽ ഉന്നമാക്കിയ വരികൾ എന്റെ
ദൃഷ്ടിയിൽനിന്ന് അകലുന്നു - 'ഡബിൾ വിഷൻ'
കലശലായി ബാധിച്ച എന്റെ കണ്ണുകൾ കൂടുതൽ അകലും.
അങ്ങനെ അകന്നുനിൽക്കുന്ന കൺമുനകൾക്കിടയിലാണ്
ഞാൻ ഏറെ നാളായി തേടുന്ന സത്യം. ആ സത്യത്തിലേക്ക്
കൂടുതൽ ആഴത്തിൽ നോക്കാൻ ശ്രമിച്ചാൽ കൺമുനകൾ
വീണ്ടും അകലുകയും ശാരീരികമായ വേദന
അസഹ്യമായിത്തീരുകയും ചെയ്യും. മനസ്സിന്റെയും
ശരീരത്തിന്റെയും പാരസ്പര്യത്തെപ്പറ്റി ഈ സന്ദർഭങ്ങളിൽ
അഭിജ്ഞന്മാർ പറയുന്നത് എന്തുമാകട്ടെ ഞാൻ
കാണുന്നത് ഒരു വഴിമുട്ടലും അമ്പരപ്പും മാത്രമാണ്.
മനഃശാസ്ത്രത്തിലെ പ്രാകൃതങ്ങൾ.

എന്റെ എഴുത്തിൽ ഔദ്ധത്യവും ധാർഷ്ട്യവും ആരോപിക്കുന്ന
സുഹൃത്തുക്കളുണ്ട്. അത് എന്നെ വേദനിപ്പിക്കുന്നു.
എനിക്കുവേണ്ടത് ചളിമണ്ണിന്റെ സാന്ത്വനമാണ്.
അപാരമായ ചളിക്കളത്തിൽ ഞാൻ കിടന്ന് തലതല്ലുന്നു.
ഈ രംഗത്തെ ആർദ്രമായ വിധേയത്വംകൊണ്ട്
പരസ്യമാക്കിയാൽ ഒരു കപടവിരാഗിയുടെ പേർ എനിക്ക്
ലഭിച്ചേക്കും. പിന്നെന്തു ചെയ്യണം? കാണികൾ
അവിശ്വസിക്കുമെന്ന ശുഭപ്രതീക്ഷയോടെ എന്റെ
മയിൽപ്പീലികൾ വിരുത്തിയാടുക. ഇതാകട്ടെ പരിശ്രമത്തിന്റെ
എതിർഫലങ്ങളിൽ കലാശിക്കുന്നു.

ജീവിതത്തിൽ നിന്ന് ഞാൻ ഒന്നും പഠിച്ചിട്ടില്ല.
പഠിക്കാനുണ്ടെന്ന് ഇപ്പോൾ മനസ്സിലാകുന്നു.
ആദ്ധ്യാത്മികമായ ഈ 'അലിഗറി' മാറ്റിവെച്ച് പ്രാപഞ്ചിക
സാധാരണതകളിലേക്ക് കടന്നാൽ ആരോ
എന്നോട് ചോദിക്കുന്നു. 'എന്താണ് നിന്നെ വേദനിപ്പിക്കുന്നത്?'
'ഞാൻ ഞാനല്ല. എന്റെ ശരീരത്തിലെ ഒരു അന്തേവാസി മാത്രം.'
'സാരമില്ല. ബുദ്ധിയുടെ ഹീനമായ കളി മാത്രമാണ് ഇത്.'
'എന്തുചെയ്യണം?'
'ബുദ്ധിയിൽ നിന്ന് മോചിതനാവുക'
'എങ്ങനെ?'
'ദു:ഖിക്കുക.'
'ആർക്കുവേണ്ടി?'
'നിനക്കുവേണ്ടിയല്ല. മറ്റേതെങ്കിലും ഒരഗതിക്കുവേണ്ടി.' ■

ബിഷപ്പ് പൗലോസ് മാർ പൗലോസ്

(1941-1998)

തൃശൂരിൽ ജനനം. ചിന്തകനും ബുദ്ധിജീവിയും എഴുത്തുകാരനുമായിരുന്ന വൈദികൻ. കൽദായ സുറിയാനി വിഭാഗത്തിന്റെ ഭാരതത്തിലെ എപ്പിസ്കോപ്പയായിരുന്നു. വൈദിക ലോകത്തെ വേറിട്ടൊരു ശബ്ദമായിരുന്നു ബിഷപ്പ്. ദൈവശാസ്ത്രത്തിൽ ഉപരിപഠനം നടത്തിയതിനുശേഷം അമേരിക്കയിലെ ക്രിസ്റ്റൻ സെമിനാരിയിൽ നിന്ന് മാസ്റ്റർ ബിരുദവും ബർക്‌ലി തിയോളജിക്കൽ യൂണിയനിൽ നിന്ന് ഡോക്ടറേറ്റും നേടി. ക്രൈസ്തവ സമാധാന സംഘടനയുടെ ഇന്ത്യയിലെ പ്രസിഡന്റ്. സ്വാതന്ത്ര്യമാണ് ദൈവം, നിശബ്ദരായിരിക്കാൻ നിങ്ങൾക്കെന്തധികാരം എന്നിവയാണ് പ്രമുഖകൃതികൾ.

ഒരു ഈശ്വരവിശ്വാസിയും മതമേലദ്ധ്യക്ഷനും ആയിട്ടും മതം എന്ന 'സ്ഥാപന'ത്തിലെ പല ആചാരാനുഷ്ഠാനങ്ങളോടും, അതിലെ ശക്തിതന്ത്രങ്ങളോടും എനിക്ക് കടുത്ത വിമർശനമാണുള്ളത്. ഈ വൈരുദ്ധ്യാത്മകത ചിലപ്പോൾ തലവേദന സൃഷ്ടിക്കാറുണ്ടെങ്കിലും അത് ആശാവഹമായിട്ടാണ് എന്നും അനുഭവപ്പെട്ടിട്ടുള്ളത്.

എന്നെ വിമർശിക്കുന്നവരെല്ലാം എന്റെ ശത്രുക്കളാണെന്നും പ്രശംസിക്കുന്നവർ മുഴുവൻ അഭ്യുദയകാംക്ഷികളാണെന്നും ഒരിക്കലും തോന്നിയിട്ടില്ല.

പരമ്പരാഗതമായ മതനിയമങ്ങൾക്കും ആചാരാനുഷ്ഠാനങ്ങൾക്കും അതീതമായോ വിപരീതമായോ ഉള്ള ധാർമ്മിക ബോധത്തിൽ മതപ്രമാണിമാർ ആത്മീയതയുടെ കുറവ് കാണും. നിലവിലുള്ള

രാഷ്ട്രീയ വ്യവസ്ഥിതിക്കും, ആ വ്യവസ്ഥിതിയിൽ നിന്ന് ഉരുത്തിരിയുന്ന സാംസ്കാരിക ബോധത്തിനും അതീതമായോ വിപരീതമായോ ഉള്ള നീതിബോധത്തെ യഥാതഥാവസ്ഥ പാലിക്കാൻ വ്യഗ്രത കാണിക്കുന്ന ക്രമസമാധാന പാലകർ അക്രമമായി പരിഗണിക്കും. മതപ്രമാണികളും ക്രമസമാധാനപാലകരും ഒത്തുചേർന്നാലത്തെ കഥ പറയുകയും വേണ്ട!

ടിയാനൻമെൻ സംഭവം എന്റെ മനസ്സിലെ ഉണങ്ങാത്ത മുറിവാണ്. അതിനു ദൃക്സാക്ഷിയാകേണ്ടി വന്നത് ജീവിതത്തിലെ ഏറ്റവും വലിയ അനുഭവങ്ങളിൽ ഒന്നും. അടിച്ചമർത്തപ്പെടുന്നവരിൽ നിന്ന് അഗ്നിസ്ഫുലിംഗങ്ങളല്ലാതെ മറ്റെന്താണ് ഉയിർക്കൊള്ളുക?

ഒരു രാഷ്ട്രത്തിലെ ജനങ്ങളുടെ സാമ്പത്തികവും, സാമൂഹികവും സാംസ്കാരികവുമായ ജീവിതത്തെ ദൃഢപ്പെടുത്തി അതിനെ കൂടുതൽ അർത്ഥവത്തും, മാനുഷികവും, നീതിപൂർവ്വകവുമാക്കിത്തീർക്കുന്ന പ്രവർത്തനമാണ് രാഷ്ട്രീയം. ദൈവത്തിന്റെ അവിരാമമായ പ്രവർത്തനവും അതുതന്നെയാണ്. ഈ മേഖലകളിൽ അതതു കാലങ്ങളിൽ അഭിപ്രായം പ്രകടിപ്പിക്കുമ്പോൾ ദൈവിക പ്രവർത്തനങ്ങളിൽ ഞാൻ പങ്കുകാരനാകുക മാത്രമാണ് ചെയ്യുന്നത്.

ഈശ്വരഭക്തർ വിനയാന്വിതരും അനീതി നിറഞ്ഞ ഘടനകളെ ചോദ്യം ചെയ്യുന്നവരും ആയിരിക്കണമെന്നാണ് സമൂഹം പ്രതീക്ഷിക്കുന്നത്. തങ്ങളെ വിഷമിപ്പിക്കുന്ന ചോദ്യങ്ങൾ അവർ ചോദിക്കരുതെന്ന് അധികാരത്തിലിരിക്കുന്നവർ പറയുന്നു. പിന്നെ നാട് എങ്ങനെ നന്നാകും?

അടിസ്ഥാനങ്ങളെ പിടിച്ചു കുലുക്കുന്നതിനും ഘടനകളിൽ ഗുണപരമായ പരിവർത്തനങ്ങൾ സൃഷ്ടിക്കുന്നതിനും പ്രതിപക്ഷത്തിരിക്കുന്നതാണ് എപ്പോഴും നല്ലത്. പ്രതിപക്ഷത്തിനുള്ളിൽ തന്നെയും പ്രതിപക്ഷത്തിരിക്കുന്നതാണ് കൂടുതൽ അഭികാമ്യം.

ഒരു മനുഷ്യന് ജീവിക്കാൻ പ്രാണവായു പോലെ അത്യന്താപേക്ഷിതമാണ് അഭിപ്രായ സ്വാതന്ത്ര്യം. അതിനു ക്ഷതമേൽപ്പിക്കുന്ന ശക്തികളോട് പൊരുതിയില്ലെങ്കിൽ ജീവിതം നിരർത്ഥകമാകുമെന്ന പാഠമാണ് കലാ-സാഹിത്യാവിഷ്കാരത്തെ അടിച്ചമർത്തുന്ന സമീപകാല ചെയ്തികൾ എന്നെ പഠിപ്പിച്ചത്.

കലയും സംഗീതവും സാഹിത്യവും മനുഷ്യന്റെ അസ്തിത്വത്തിന്റെ കാവൽ മാലാഖമാരാണ്. നല്ല കലാമൂല്യമുള്ള, ഉയർന്ന നിലവാരം പുലർത്തുന്ന സിനിമയോ നാടകമോ ബിഷപ്പ് 'ക്യൂ'വിൽ നിന്ന് പണം മുടക്കി ടിക്കറ്റ് വാങ്ങി കണ്ടാൽ പൊതുജനം വിമർശിക്കും. എന്നാൽ ഒരു മൂന്നാംകിട സിനിമാ പ്രദർശനം ബിഷപ്പ് ഉദ്ഘാടനം ചെയ്താൽ പത്രങ്ങളിൽ ചിത്രസഹിതം വാർത്ത വരും. വിചിത്രം!

കേരളം തൊഴിൽ സമരങ്ങളുടെ കേളീരംഗമാണെന്നു പറയാറുണ്ട്. തൊഴിലാളികൾ നിരുത്തരവാദികളായ സമരക്കാരും, തൊഴിലുടമകൾ മർക്കടമുഷ്ടികളായ ലാഭേച്ഛുകളും മാത്രമാണെന്ന അഭിപ്രായം എനിക്കില്ല. ശാന്തമായ അന്തരീക്ഷത്തിൽ ഇരുകൂട്ടർക്കും ആശയവിനിമയം നടത്താനുള്ള വേദിയൊരുക്കാൻ സാധിച്ചാൽ അവർ തന്നത്താൻ പ്രശ്നങ്ങൾ പരിഹരിച്ചു കൊള്ളുമെന്ന പാഠമാണ് 1981-ലെ തൃശൂർ ചുമട്ടുതൊഴിലാളി സമരം നൽകിയ പാഠം. ■

കെ.പി. നാരായണപ്പിഷാരോടി

(1909-2004)

പാലക്കാട് ജില്ലയിലെ പട്ടാമ്പിയ്ക്കടുത്ത് കൊടിക്കുന്നിൽ ജനനം. സംസ്കൃത പണ്ഡിതൻ, എഴുത്തുകാരൻ, അധ്യാപകൻ, കലാ നിരൂപകൻ. കുമാരസംഭവം, കല്യാണസൗഗന്ധികം, വ്യായോഗം, ആശ്ചര്യചൂഡാമണി, സ്വപ്നവാസവദത്തം തുടങ്ങിയവ വിവർത്തനം ചെയ്തു. കലാലോകം, ആറ്റൂർ (ജീവചരിത്രം), സുഭദ്രാധനഞ്ജയം കൂടിയാട്ടം, മണിദീപം, ശ്രുതിമണ്ഡലം തുടങ്ങിയവയാണ് പ്രധാന കൃതികൾ. ഭരതമുനിയുടെ നാട്യ ശാസ്ത്രം മൂന്നു ഭാഗങ്ങളായി മലയാളത്തിൽ പരാവർത്തനം ചെയ്തു. കവി ഹൃദയത്തിലേക്ക് എന്ന ഉപന്യാസ സമാഹാരത്തിന് സി.ബി.കുമാർ അവാർഡ് ലഭിച്ചു. സാഹിത്യ നിപുണൻ, സാഹിത്യ രത്നം, എഴുത്തച്ഛൻ പുരസ്കാരം തുടങ്ങിയ ബഹുമതികളും നേടി.

താൻ ചെയ്യുന്ന പ്രവൃത്തി കഴിവുള്ളത്ര നന്നായി ചെയ്യണം. അതിനു കിട്ടുന്ന പ്രതിഫലത്തിൽ സന്തോഷിക്കണം. സംതൃപ്തനാകണം.

അറിഞ്ഞുകൊണ്ട് തനിക്കാവാത്ത പ്രവൃത്തികളിൽ പ്രവേശിച്ചുകൂടാ.

വരവു നോക്കി, ഉള്ളതുകൊണ്ട് ചിലവു കഴിച്ചു കൂട്ടണം, കടം വാങ്ങരുത്, കടം കൊടുക്കുകയുമരുത്. കഴിവുപോലെ പരസഹായം ചെയ്യണം.

താൻ ജീവിക്കുന്നതു തനിക്കു വേണ്ടിയല്ല, മറ്റുള്ളവർക്കുവേണ്ടിയാണ് എന്ന കാര്യം മറക്കരുത്.

അനേകം ആളുകളുടെ സഹായങ്ങൾ കൊണ്ടാണ് താൻ കഴിഞ്ഞു കൂടുന്നത് എന്ന പരമാർത്ഥം വിസ്മരിക്കരുത്.

മറ്റുള്ളവർക്ക് ഉപകാരം ചെയ്യുന്നത്, പ്രത്യുപകാരം ആഗ്രഹിച്ചിട്ടാവരുത്. സഹാനുഭൂതി കൊണ്ടു മാത്രമാവണം.

എന്താപത്തു വന്നാലും ധൈര്യം വിടരുത്. അഭ്യുദയങ്ങൾ ഉണ്ടാകുമ്പോൾ അഹങ്കരിക്കയുമരുത്.

വിചാരത്തിലും വാക്കിലും പ്രവൃത്തിയിലും സത്യം നിലനിർത്തണം. ഫലേച്ഛ കൂടാതെ പുണ്യകർമ്മങ്ങൾ ചെയ്യണം.

മനസ്സിൽ കോപത്തിന് ഇടം കൊടുക്കരുത്. ക്ഷമ പരിശീലിക്കണം.

ദാനങ്ങളിൽ വച്ച് ഉത്കൃഷ്ടമായ ദാനം വിദ്യാദാനമാണ്. വിദ്യ വിൽക്കുന്നതുപോലെ വലിയ പാപം വേറെയില്ല. പരസ്പരോപകാരത്തെ ആശ്രയിച്ചാണ് ജീവിതസുഖം നിലനിൽക്കുന്നത്.

എം. കൃഷ്ണൻ നായർ

(1923-2006)

തിരുവനന്തപുരത്ത് ജനനം. സാഹിത്യ നിരൂപകൻ, വിമർശകൻ, പ്രബന്ധ രചയിതാവ്, കോളമിസ്റ്റ് തുടങ്ങി നിരവധി വിശേഷണങ്ങൾക്ക് ഉടമ. അദ്ദേഹത്തിന്റെ സാഹിത്യ വാരഫലം ഏറെ ശ്രദ്ധേയമാണ്. ഔദ്യോഗിക ജീവിതം സർക്കാർ വകുപ്പിൽ നിന്ന് ആരംഭിച്ചു. വിവിധ ഗവൺമെന്റ് കോളേജുകളിൽ അധ്യാപകനായും വകുപ്പു മേധാവിയായും സേവനമനുഷ്ഠിച്ചു. 1970ൽ മലയാള നാടിൽ എഴുതിത്തുടങ്ങിയ സാഹിത്യ വാരഫലം പലപ്പോഴും വിവാദങ്ങൾക്ക് വഴി തെളിയിച്ചു. പിന്നീട് സമകാലിക മലയാളത്തിൽ പ്രസിദ്ധീകരിച്ചു. അതു മരണം വരെ തുടർന്നു. വായനക്കാരാ നിങ്ങൾ ജീവിച്ചിരിക്കുന്നോ? ശരത്കാല ദീപ്തി, പനിനീർപ്പൂവിന്റെ പരിമളം പോലെ എന്നിവയാണ് പ്രധാന കൃതികൾ. ബി.ഡി. ഗോയങ്കാ അവാർഡ്, ശ്രീനാരായണ അക്കാദമി അവാർഡ് എന്നിവ ലഭിച്ചിട്ടുണ്ട്.

ആപത്തുകളിൽ നമ്മളെ സഹായിക്കുന്നതു
ബന്ധുക്കളല്ല, അന്യരാണ്.
അച്ഛനമ്മമാർ ഏർപ്പാട് ചെയ്യുന്ന വിവാഹമാണ്
പ്രേമവിവാഹത്തേക്കാൾ നല്ലത്.

രാഷ്ട്രവ്യവഹാരകാര്യങ്ങളിൽ പങ്കുകൊള്ളാതെ
നിഷ്പക്ഷത പാലിച്ചു ജീവിക്കുന്നതാണ് ഉത്തമം.

മഹനീയസത്യങ്ങൾ ലളിതങ്ങളും അനലങ്കൃതങ്ങളുമായിരിക്കും.
ദുർഗ്രഹത ചെറിയ മനസ്സിന്റെ സന്തതിയത്രേ.

നിഷ്പക്ഷതയോടുമാത്രം പ്രതിബദ്ധത പുലർത്തുന്ന
സാഹിത്യമേ ഉൽകൃഷ്ടമാവൂ.

സ്നേഹിതന്മാരോട് കൂടുതൽ അടുക്കരുത്.
കൂടുതൽ അകലുകയുമരുത്.

അതിഥിയെ ദേവനെപ്പോലെ കരുതണം. അയാൾ കൂടുതൽ
സമയം വീട്ടിലിരുന്നാൽപോലും റിസ്റ്റ്‌വാച്ച് നോക്കരുത്.

ജീവിതത്തിലെ ഏണും കോണും മാറിക്കിട്ടാൻ
കോളേജ് വിദ്യാഭ്യാസം കൂടിയേ തീരൂ.

ഭൂരിപക്ഷവും വാഴ്ത്തുന്ന കല നമുക്ക്
വിരസമായിത്തോന്നിയാൽ അത് ധീരതയോടെ
പ്രഖ്യാപിക്കണം.

സിനിമയ്ക്കും കലയ്ക്കും തമ്മിൽ ഒരു ബന്ധവുമില്ല. ∎

കെ.എം. മാത്യു
(1917-2010)

കോട്ടയത്ത് ജനനം. മലയാള മനോരമ പത്രാധിപർ. എഴുത്തുകാരൻ. പ്രസംഗകൻ. മനോരമ ആഴ്ചപ്പതിപ്പ്, ഭാഷാപോഷിണി, ഇയർബുക്ക്, ദ വീക്ക് എന്നിവയുടെ ഉപജ്ഞാതാവ്. ഇന്ത്യൻ ന്യൂസ് പേപ്പർ സൊസൈറ്റിയുടെ പ്രസിഡന്റ് സ്ഥാനം ഉൾപ്പെടെ നിരവധി പ്രമുഖ സ്ഥാനങ്ങൾ വഹിച്ചിട്ടുണ്ട്. പത്മഭൂഷൺ, ഫൗണ്ടേഷൻ ഫോർ ഫ്രീഡം ഓഫ് ഇൻഫർമേഷൻ അവാർഡ് എന്നിവ ലഭിച്ചിട്ടുണ്ട്.

ഞാനെന്നെ ഭാവം കൊണ്ട് ആരും ഒന്നും നേടുന്നില്ല. സ്വന്തം അനുഭവപാഠങ്ങളും മറ്റുള്ളവരുടെ സഹായവും കൊണ്ടാണ് എവിടെയും വിജയം ഉണ്ടാകുന്നത്. നിങ്ങൾ ഇടപെടുന്നയാൾ നിങ്ങളേക്കാൾ മോശമല്ലെന്നെങ്കിലും കരുതിയാൽ നിങ്ങൾ അപകടത്തിൽ ചാടുന്നത് ഒഴിവാക്കാം.

നമ്മുടെ പ്രവർത്തനങ്ങൾക്കിടയിൽ ആരോടെങ്കിലും എതിരിടേണ്ടി വന്നാൽത്തന്നെ, അതിനുശേഷവും അയാളെ പിന്തുടർന്ന് നശിപ്പിച്ചേ അടങ്ങൂ എന്ന വാശി ഉപേക്ഷിക്കുക. നമ്മുടെ കൈയിലുള്ള അധികാരം ഉപയോഗിച്ച് മറ്റുള്ളവരെ തേജോവധം ചെയ്യുകയോ മുറിവേൽപ്പിക്കുകയോ ചെയ്യാതിരിക്കുക. അതിനു തുനിഞ്ഞാൽ കാലക്രമേണ നിങ്ങളും നശിക്കുകയേ ഉണ്ടാവൂ.

ആരോടെങ്കിലും അസുഖമോ പ്രയാസമോ ഇരുപത്തിനാലു മണിക്കൂറിൽ കൂടുതൽ കൊണ്ടു നടക്കരുത്. ഒന്നുകിൽ ഇരുപത്തിനാലുമണിക്കൂറിനകം പറഞ്ഞുതീർക്കണം അല്ലെങ്കിൽ ക്ഷമിക്കണം.

ആത്മാർത്ഥതയോടെ പ്രവർത്തിച്ചാൽ ആത്യന്തികമായി നമുക്കു പിന്തുണ ലഭിക്കും. മലയാള മനോരമ രണ്ടാമതു തുടങ്ങിയപ്പോൾ

കോട്ടയത്തെ അഞ്ചാമത്തെ പത്രമായിരുന്നു. പല എതിർപ്പുകൾക്കിടയിലും പാരമ്പര്യത്തിൽ ഉറച്ചുനിന്ന്, വിശ്വാസ്യത നിലനിർത്തിയതുകൊണ്ടാണ് മനോരമ ഇന്നത്തെ നിലയിലെത്തിയത്. വിശ്വാസ്യത നഷ്ടപ്പെട്ടാൽ ജീവിതത്തിൽ എല്ലാം പോയി.

മറ്റുള്ളവരെ ബഹുമാനിക്കുകയും ആദരിക്കുകയും ചെയ്യുക. മനോരമയെയും സഹോദരസ്ഥാപനങ്ങളെയും നാൽപ്പതുകളിൽ നശിപ്പിച്ച സർ സി.പി. രാമസ്വാമി അയ്യർ മരിച്ചപ്പോൾ ഏറ്റവും നല്ല മുഖപ്രസംഗം മനോരമയുടേതായിരുന്നു.

പ്രസ്ഥാനങ്ങളെ എതിർക്കാം. പക്ഷേ വ്യക്തികളെ എതിർക്കരുത് എന്നാണ് എന്റെ വിശ്വാസം. ഇ.എം.എസിനെ വളരെയധികം ആദരിച്ചിട്ടുള്ള പത്രം മനോരമയാണ്. കഴിഞ്ഞ വർഷം തിരുവനന്തപുരത്തു നടത്തിയ ഇ.എം.എസ്. ഫോട്ടോ പ്രദർശനമാണ് ഏറ്റവും ഒടുവിലത്തെ തെളിവ്. അദ്ദേഹത്തിന്റെ ശതാഭിഷേകത്തിന് മനോരമ ഒരു മുഖപ്രസംഗം തന്നെ എഴുതി. എന്റെ ഓർമയിൽ ഒരു ശതാഭിഷിക്തനെപ്പറ്റി മനോരമ എഴുതുന്ന ആദ്യത്തെ മുഖപ്രസംഗമാണത്.

അസൂയ പരാജയത്തിന്റെ പടിവാതിലാണ്. അതു നമ്മുടെ സമയത്തെയും മനസ്സാന്നിദ്ധ്യത്തെയും അപഹരിക്കും. വിജയം വഴുതിപ്പോകും.

ആരു ചീത്ത പറഞ്ഞാലും സത്യം സത്യമല്ലാതാവുന്നില്ല എന്നത് അനുഭവമാണ്. മനസ്സിലാക്കേണ്ടവർ അതു മനസ്സിലാക്കുകയും ചെയ്യും. മനോരമ റബ്ബർ കർഷകർക്കെതിരാണെന്ന് പറഞ്ഞു പരത്തുന്നവരുണ്ട്. എന്നാൽ റബ്ബറിനും റബ്ബർ കർഷകർക്കുംവേണ്ടി ഏതെങ്കിലും പത്രം എന്തെങ്കിലം ചെയ്തിട്ടുണ്ടെങ്കിൽ അതു മനോരമ മാത്രമാണെന്നതിനു റബ്ബർ ബോർഡ് പ്രസിദ്ധീകരിച്ച ഗ്രന്ഥം തന്നെ തെളിവാണ്. പക്ഷേ, ഞങ്ങൾക്കെതിരായ പ്രചാരണത്തെ പത്രത്തിലൂടെ നേരിടാൻ ശ്രമിക്കരുതെന്നാണ് എന്റെ നിലപാട്.

ഒരു പത്രമെന്ന നിലയിൽ ജനങ്ങളുടെ കൂടെ നിൽക്കണമെന്ന വിശ്വാസക്കാരനാണ് ഞാൻ. അതുകൊണ്ടാണ് കുവൈറ്റ് യുദ്ധകാലത്ത്, ഗൾഫ് മലയാളികൾക്കു സാന്ത്വനമെത്തിക്കാൻ മനോരമ പ്രത്യേക സംവിധാനം ഏർപ്പെടുത്തിയത്. ലാത്തൂരിൽ ഭൂകമ്പം തകർത്ത ഗ്രാമത്തിന്റെ പുനഃസൃഷ്ടിക്കു മുൻകൈയെടുത്തതും അതുകൊണ്ടുതന്നെ.

ജീവിതയാത്രയിൽ യോജിച്ച സമയത്ത് വേഷം കിട്ടുക എന്നതാണ് ഭാഗ്യം. തനിക്കു യോജിച്ച അവസരം കിട്ടാത്തതുകൊണ്ട് പരാജയപ്പെട്ടവർ ഏറെയാണ്.

നമുക്കു നമ്മുടെ സംസ്കാരം തന്നെയാണ് നല്ലത്. കല്യാണം കഴിക്കാതെ ആണും പെണ്ണും ഒന്നിച്ചുതാമസിക്കുന്ന സ്ഥിതിവരെ എത്തിയിട്ടുണ്ട് നാം. എന്റെ കാര്യത്തിൽ പെണ്ണുകാണൽ പോലും ഉണ്ടായില്ല. ഞാൻ എന്റെ ഭാര്യയെ ആദ്യമായി കണ്ടത് കല്യാണം നടക്കുമ്പോൾ പള്ളിയിൽ വച്ചായിരുന്നു.

തിരിഞ്ഞുനോക്കുമ്പോൾ ഒരുപാട് കാര്യങ്ങളിൽ സംതൃപ്തിയുണ്ട്. മനോരമയുടെ വളർച്ച. ഒപ്പം കേരളത്തിന്റെ വികസനത്തിനുവേണ്ടി മനോരമയ്ക്കു ചെയ്യാൻ കഴിഞ്ഞ കാര്യങ്ങൾ. ഇടുക്കി ജലവൈദ്യുത പദ്ധതിക്കു വേണ്ടി മുറവിളി കൂട്ടിയതു മുതൽ ഈയിടെ സംസ്ഥാനത്തെ പത്തു പദ്ധതികൾക്കായി മുന്നിട്ടിറങ്ങിയതുവരെ. ഇതൊക്കെ നാം ജീവിക്കുന്ന സമൂഹത്തോടുള്ള നമ്മുടെ ഉത്തരവാദിത്തമാണെന്നു ഞാൻ കരുതുന്നു. ■

ഡോ. കെ.എം. ജോർജ്

(1914-2002)

ഇടയാറൻമുളയിൽ ജനനം. സാഹിത്യകാരൻ, ഗവേഷകൻ, എഡിറ്റർ. മലയാളത്തിൽ പി.എച്ച്.ഡി. ബിരുദം നേടി. മദ്രാസ് ക്രിസ്ത്യൻ കോളേജിൽ മലയാളം അധ്യാപകനായും വകുപ്പധ്യക്ഷനായും സേവനമനുഷ്ഠിച്ചു. കേന്ദ്ര സാഹിത്യ അക്കാദമി അസിസ്റ്റന്റ് സെക്രട്ടറി, സർവവിജ്ഞാനകോശം ചീഫ് എഡിറ്റർ, എൻസൈക്ലോപിഡിയ ഓഫ് ഇന്ത്യൻ ലിറ്ററേച്ചറിന്റെ ചീഫ് എഡിറ്റർ, കംപാരറ്റീവ് ഇന്ത്യൻ ലിറ്ററേച്ചർ, ഭാരതീയ സാഹിത്യ ചരിത്രം എന്നിവയുടെ എഡിറ്റർ. അമ്പതിലേറെ ഗ്രന്ഥങ്ങൾ രചിച്ചിട്ടുണ്ട്. ഭാരതീയ ഭാഷാ പരിഷത്ത്, സോവിയറ്റ് ലാൻഡ് നെഹ്റു അവാർഡ്, എഴുത്തച്ഛൻ പുരസ്കാരം, പദ്മശ്രീ, വള്ളത്തോൾ അവാർഡ് തുടങ്ങിയ ബഹുമതികൾ ലഭിച്ചിട്ടുണ്ട്. പ്ലേസ് നെയിംസ് ഒഫ് സതേൺ ഇന്ത്യ, എ സർവേ ഓഫ് മലയാളം ലിറ്ററേച്ചർ തുടങ്ങിയവ പ്രധാന കൃതികൾ.

ജീവിത വിജയം നേടുവാൻ കഴിവും സന്ദർഭവും ഒത്തു ചേരണം. കഴിവില്ലെങ്കിൽ സന്ദർഭങ്ങൾ ലഭിച്ചാലും പ്രയോജനമില്ല. സന്ദർഭങ്ങൾ ലഭിച്ചില്ലെങ്കിൽ കഴിവുണ്ടെങ്കിലും പ്രയോജനമില്ല.

കഴിവിന്റെ ഒരു നല്ല അംശം ജന്മനാ ലഭിക്കുന്നു. ശേഷം പ്രയത്നം കൊണ്ടും. നല്ല സന്ദർഭങ്ങൾ ചിലപ്പോൾ നാം യത്നിക്കാതെ മുമ്പിലെത്തുന്നു. മറ്റു ചിലപ്പോൾ നാം തേടിപ്പിടിക്കേണ്ടതുണ്ട്.

'താൻ പാതി ദൈവം പാതി' എന്ന പഴഞ്ചൊല്ല് വലിയൊരു ജീവിത സത്യത്തെ നാടൻഭാഷയിൽ അവതരിപ്പിക്കുന്നു.

'എല്ലാം വിധിമതം' എന്നു പറഞ്ഞു പരിശ്രമത്തിൽ നിന്നു ഒഴിഞ്ഞു മാറുന്നത് ബുദ്ധികേടാണ്. 'എല്ലാം എന്റെ കഴിവും സാമർത്ഥ്യവും കൊണ്ടു നേടിയതാണ്' എന്നു കരുതുന്നതും ബുദ്ധികേടാണ്. നമുക്കു പിടികിട്ടാത്ത ഒരു ഘടകം ഒരളവു വരെ നമ്മുടെ ജീവിതത്തെ നിയന്ത്രിക്കുന്നു.

ചുറ്റുപാടുകളുടെ സ്വാധീനം ഒരളവുവരെ നമ്മുടെ വ്യക്തിത്വ വികാസത്തെ നിയന്ത്രിക്കുന്നു. നമ്മുടെ സ്വതന്ത്രനിരീക്ഷണങ്ങളും വായനയും വികാസപരിണാമങ്ങളെ നിയന്ത്രിക്കുന്ന ഘടകങ്ങൾ തന്നെ.

'വായിച്ചുവളരുക' എന്ന മുദ്രാവാക്യത്തിൽ സത്യമുണ്ട്. പക്ഷേ, ഏതൊക്കെ വായിക്കണം, ഏതൊക്കെ ഉപേക്ഷിക്കണം എന്നതാണ് ശരിക്കുള്ള പ്രശ്നം. ഇന്നു പുസ്തകങ്ങളായും ആനുകാലിക ങ്ങളായും ലഭിക്കുന്ന വിഭവങ്ങളിൽ പലതും ഉപേക്ഷിക്കേണ്ടി യിരിക്കുന്നു. ആസൂത്രണനിബന്ധമായ വായനയാണ് വേണ്ടത്.

ഏതു ബുദ്ധിജീവിക്കും രാഷ്ട്രീയത്തിൽ താൽപര്യം അനുപേക്ഷണീയമാണ്. പക്ഷേ active politics (രാഷ്ട്രീയ പ്രവർത്തനം) ചുരുക്കം ചിലർ സ്വീകരിച്ചാൽ മതി. വിദ്യാർത്ഥികൾ അധ്യയനത്തിൽ ശ്രദ്ധിക്കുക. ഉദ്യോഗസ്ഥർ അവരവർ സ്വീകരിച്ചിരിക്കുന്ന ജോലിയിൽ ശരിക്കും ഉത്സുകരാവുക - അല്ലെങ്കിൽ നാടു നശിക്കുകയേ ഉള്ളൂ.

കായികവും മാനസികവുമായുള്ള ആരോഗ്യത്തിനു അതതു മേഖല യിലുള്ള അഭ്യാസം അനുപേക്ഷണീയമാണ്. വാർദ്ധക്യത്തിലും ജീവിതോന്മേഷം നിലനിർത്തണമെങ്കിൽ താൽപര്യമുള്ള മേഖലയിൽ കഴിവനുസരിച്ച് പ്രവർത്തിച്ചുകൊണ്ടിരിക്കണം.

വ്യക്തിജീവിതം ഒരു വൃക്ഷത്തിനു തുല്യമാണ്. വെളിയിൽ നിന്നു കാറ്റും മഴയും (ബാഹ്യസ്വാധീനങ്ങൾ) ആവശ്യമുണ്ട്. വളക്കൂറുള്ള മണ്ണു വേണ്ടതുതന്നെ. വേരുകൾ ആഴത്തിലേക്കു പോകണമെങ്കിൽ കാറ്റുകൊണ്ടു വൃക്ഷം ഉലയണം. വേരുകളാണ് നമുക്കു വിലാസം നൽകുന്നത്. പൂക്കളല്ല.

ഭാഷയും സാഹിത്യവും തമ്മിൽ ഗാഢബന്ധമുണ്ട്. പക്ഷേ, രണ്ടി നോടും എന്റെ സമീപനം രണ്ടുതരത്തിലാണ്. ഭാഷ പഠിച്ചെങ്കിൽ മാത്രമേ സ്വന്തം ആകൂ. എന്നാൽ സാഹിത്യം എന്തിന്റെ മൂലഭാഷ എന്നറിയാതെ തന്നെ, വിവർത്തനത്തിലൂടെ നമുക്കു മനസ്സി ലാക്കാം; രസിക്കാം. അങ്ങനെ സ്വന്തമെന്നു അവകാശപ്പെടുകയും ചെയ്യാം. ഈ അടിസ്ഥാനത്തിലാണ് 'ഭാരതീയ സാഹിത്യം എന്റെ പൈതൃകം ആണ്' എന്നു ഞാൻ പറയാറുള്ളത്.

ഭാരതത്തെപ്പോലെ വൈവിധ്യവും വൈചിത്ര്യവും ഉള്ള മറ്റൊരു രാഷ്ട്രം ഇല്ല. 'വൈവിധ്യത്തിലെ ഏകത്വം' എന്ന സൂക്തം മനസ്സിലാക്കാൻ പ്രയാസമുണ്ട്. 'പല ഭാഷകളിൽ എഴുതപ്പെടുന്നു വെങ്കിലും ഭാരതീയ സാഹിത്യം ഒന്നാണ്' എന്ന മുദ്രാവാക്യം സാഹിത്യ അക്കാദമി സ്വീകരിച്ചിരിക്കുന്നു. ഇതൊരു concept (സങ്കല്പനം) മാത്രമാണ്, വസ്തുത(fact)യല്ല. പക്ഷേ, ഇത്തരം സങ്കല്പനങ്ങൾ സത്യത്തിലേക്കു വഴികാട്ടുന്നു. ■

മാധവിക്കുട്ടി

(1934-2009)

തൃശൂർ ജില്ലയിലെ പുന്നയൂർക്കുളത്ത് ജനനം. കഥാകൃത്ത്, കവയിത്രി. അന്തർദേശീയ പ്രശസ്തി നേടിയ മലയാളി എഴുത്തുകാരി. മലയാളത്തിലും ഇംഗ്ലീഷിലും കവിതകൾ എഴുതുന്നു. മലയാളത്തിൽ ചുവന്ന പാവാട, പക്ഷിയുടെ മണം, നെയ്പ്പായസം തുടങ്ങി നിരവധി കഥാസമാഹാരങ്ങളും. ഇംഗ്ലീഷിൽ സമ്മർ ഇൻ കൽക്കത്ത, ആൽഫബെറ്റ് ഓഫ് ദ ലസ്റ്റ്, ദ് ഡിസന്റൻസ് എന്നീ കവിതാ സമാഹാരങ്ങളും പ്രസിദ്ധീകരിച്ചിട്ടുണ്ട്. 'എന്റെ കഥ' എന്ന കൃതിയും അതിന്റെ ഇംഗ്ലീഷ് പരിഭാഷയായ 'My Story'യും വലിയ കോളിളക്കമുണ്ടാക്കി. ഏഷ്യൻ പോയട്രി പ്രൈസ്, ആശാൻ വേൾഡ് പ്രൈസ്, കേന്ദ്ര സാഹിത്യ അക്കാദമി പുരസ്കാരം, വയലാർ രാമവർമ്മ പുരസ്കാരം എന്നിവ ലഭിച്ചിട്ടുണ്ട്.

ദൃശ്യങ്ങളായ ചമയങ്ങളെ മാത്രം ഓർത്ത് അദൃശ ചമയങ്ങളെ വിസ്മരിക്കുന്നതു കൊണ്ടാവാം പലരും വഴിതെറ്റിപ്പോവുന്നത്. മുഖവും കൈകാലുകളും കാണുന്നു. കരളും ആമാശയവും ശ്രദ്ധയിൽപ്പെടുന്നില്ല. ശരീരത്തെ കാണുന്നു. ആത്മാവിനെ കാണുന്നില്ല. മനുഷ്യരെ ശരീരങ്ങളായി കാണുന്നതിനുപകരം ആത്മാക്കളായി കാണുവാൻ പഠിക്കണം. ആത്മാക്കളെ ഒരേ സത്തയുള്ള തീഗോളങ്ങളായി സങ്കൽപിക്കാം. ശരീരബോധവും ലിംഗബോധവും സമൂഹത്തിൽ വർദ്ധിച്ചുകൊണ്ടേയിരിക്കുന്നു. യജമാനന്റെ ചോറു തിന്ന് അയാളെത്തന്നെ കടിക്കുന്ന പട്ടിയായി 'വഴി തെറ്റിയ സ്ത്രീ'യെ പണ്ട് സങ്കൽപിച്ചുവന്നു. ഇന്ന് ആരാണ് യജമാനൻ? ദൈവത്തിന്റെ യജമാനത്വം മാത്രമേ ചിന്തിക്കുന്നവൾ അംഗീകരിക്കുകയുള്ളു.

മരുന്നുകൾക്ക് കാലഹരണത്തീയതി ഉള്ളതുപോലെ മതസംഹിതകൾക്കും കാലഹരണ തീയതിയുണ്ട്. ആ തീയതിക്കുശേഷം അവ ഉപയോഗശൂന്യമായിത്തീരുന്നു എന്ന് ഓർക്കണം.

ജന്തുക്കളെയും മറ്റു മിണ്ടാപ്രാണികളെയും കശാപ്പ് ചെയ്ത് അവയുടെ ശവങ്ങൾ മസാല പുരട്ടി തിന്നുന്നത് പാപമാണ്. അവയുടെ ശാപം ജീവിതത്തെ ദു:ഖകരമാക്കും, തീർച്ച.

പ്രേമരംഗങ്ങൾ ടി.വിയിൽ കാണിച്ചാൽ ആരും ദുഷ്ടന്മാരായി മാറുകയില്ല. പക്ഷെ, കൊലയും ചോരചിന്തലും കാണിക്കരുത് എന്നാണ് എന്റെ വിശ്വാസം.

ഏറെ വർഷങ്ങളായി ദേവാലയങ്ങളിൽ പ്രാർത്ഥിക്കുവാൻ പോവാറില്ല. കളിപ്പാട്ടത്തിനുള്ളിൽ വച്ച ബാറ്ററി പോലെ ദൈവാംശം ദൈവസൃഷ്ടികളിൽ ഉണ്ടെന്ന് ഞാൻ വിശ്വസിക്കുന്നു. അതുകൊണ്ടാവാം ഞാൻ ദൈവത്തിനെ കണ്ടെത്തുവാൻ തീർത്ഥാടനങ്ങൾ നടത്താറില്ല. സ്നേഹത്തിനുവേണ്ടിയുള്ള തീർത്ഥാടനങ്ങൾ മാത്രം നടത്തിയിട്ടുണ്ട്. ■

സി.ആർ. കേശവൻവൈദ്യർ

(1904-1999)

കോട്ടയം ജില്ലയിലെ പാലായിൽ ജനനം. വ്യവസായപ്രമുഖൻ, സാമൂഹിക പ്രവർത്തകൻ, എസ്.എൻ.ഡി.പി. യോഗം പ്രവർത്തകൻ. സ്കൂൾ അധ്യാപകനായി ഔദ്യോഗിക ജീവിതം ആരംഭിച്ചു. കൂർക്കഞ്ചേരിയിൽ രാമാനന്ദ സ്വാമിയിൽ നിന്നു സിദ്ധവൈദ്യം പഠിച്ചശേഷം ഇരിങ്ങാലക്കുടയിൽ സിദ്ധവൈദ്യാശ്രമം സ്ഥാപിച്ചു. പിന്നീട് ചന്ദ്രിക സോപ്പ് നിർമാണത്തിലേർപ്പെട്ടു. എസ്.എൻ.ഡി.പി. യോഗം പ്രസിഡന്റായിരുന്നു. സഹകരണ പ്രസ്ഥാനം, സാമൂഹിക ക്ഷേമം എന്നീ രംഗങ്ങളിലും പ്രശസ്തൻ. പ്രത്യൗഷധ വിധിയും പ്രഥമരക്ഷയും, ശ്രീനാരായണ ചിന്തകൾ, ഗുരുചരണങ്ങളിൽ തുടങ്ങിയവയാണ് പ്രധാന കൃതികൾ.

ഈശ്വരൻ ഉണ്ടോ ഇല്ലയോ എന്നു തർക്കിക്കുന്നത് നിഷ്ഫല മാകുന്നു. സാമൂഹ്യജീവിയായ മനുഷ്യൻ സഹജീവികളെ സ്നേഹിച്ചും സഹായിച്ചും അവരിൽ നിന്നു സ്നേഹസഹായങ്ങൾ നേടിയെടുത്തും ജീവിക്കുവാൻ ശ്രമിക്കുകയാണ് വേണ്ടത്. ധർമ്മമാർഗ്ഗത്തിൽ ചരിക്കുവാൻ മതം എന്നെ സഹായിച്ചതായി അനുഭവപ്പെട്ടിട്ടില്ല. എന്റെ ധർമ്മബോധവും സദാചാരനിഷ്ഠയും ഞാൻ സമൂഹത്തിൽ നിന്നും ഉത്തമ സാഹിത്യത്തിൽ നിന്നും ഉൾക്കൊണ്ടവയാകുന്നു.

രാഷ്ട്രീയത്തിൽ തത്വവും പ്രയോഗവും ഭിന്നമായിരിക്കും എന്ന സിദ്ധാന്തം ആപൽക്കരമാണെന്ന് ഞാൻ വിചാരിക്കുന്നു. ജനങ്ങൾക്ക് നന്മ വരുന്ന കാര്യങ്ങൾ ചെയ്യുന്നതാണ് പ്രായോഗിക രാഷ്ട്രീയമെങ്കിൽ അത് തീർച്ചയായും തത്ത്വാധിഷ്ഠിതമായിരിക്കും. കേരളത്തിൽ നവോത്ഥാനത്തിന്റെ വഴികാട്ടിയായി പ്രവർത്തിച്ചതു

ശ്രീനാരായണ പ്രസ്ഥാനമാണ്. ഇന്നതിനു ദിശാബോധം പൂർണ്ണമായും നഷ്ടപ്പെട്ടിരിക്കുന്നു. ശ്രീനാരായണ ഗുരുവിനെ അൽപമായിട്ടെങ്കിലും മനസ്സിലാക്കാൻ കഴിയാത്തവരാണ് ഇന്ന് സംഘടനകളുടെ നേതൃസ്ഥാനത്തിരിക്കുന്നത്.

എത്രയും വേഗം പണമുണ്ടാക്കുക എന്നതായിരിക്കരുത് ബിസിനസ്സിന്റെ ഉദ്ദേശ്യം. മാന്യമായ ഒരുപജീവന മാർഗ്ഗമായി അതിനെ കണക്കാക്കാം.
"അവനവനാത്മസുഖത്തിനാചരിക്കു-
ന്നവയപരന്റെ ഗുണത്തിനായ് വരേണം"
എന്ന ഗുരുദേവ വചനമാണ് ഓരോ ബിസിനസ്സുകാരനും തന്റെ പ്രതിജ്ഞയായി സ്വീകരിക്കേണ്ടത്.

ഭാരതീയ വൈദ്യപാരമ്പര്യത്തിലെ ഏറ്റവും മഹനീയമായ വശം വൈദ്യനും രോഗിയും തമ്മിലുള്ള മാനുഷിക ബന്ധമായിരുന്നു. രോഗിയുടെ ശരീരത്തെ മാത്രമല്ല മനസ്സിനേയും സംസ്കാരത്തേയും വിശ്വാസങ്ങളേയും വൈദ്യൻ കണക്കിലെടുത്തിരുന്നു. വ്യക്തിനിഷ്ഠമായിരുന്നു ചികിൽസ. ഇന്നു ചികിൽസയും ഒരു കച്ചവടമായി മാറിയിരിക്കുന്നു.

പരിതസ്ഥിതിയുടെ പ്രാതികൂല്യം നിമിത്തം ഉയർന്ന വിദ്യാഭ്യാസം നേടാൻ ഭാഗ്യമില്ലാതെ പോയ വ്യക്തിയാണ് ഞാൻ. അഭിരുചിയനുസരിച്ച് പരമാവധി പഠിച്ചുയരുവാൻ ദരിദ്രർക്കും കഴിയണമെന്നാണ് എന്റെ അഭിപ്രായം. അതിനുള്ള സ്കോളർഷിപ്പുകൾ ഗവൺമെന്റും ധർമ്മസ്ഥാപനങ്ങളും ഏർപ്പെടുത്തേണ്ടതാണ്.

ആധുനികതയോ ആധുനികോത്തരതയോ ഒന്നും എനിക്കറിഞ്ഞുകൂടാ. ഇന്നത്തെ പല കവിതകളും കഥകളും ആസ്വദിക്കുവാൻ എനിക്കു കഴിയുന്നില്ല. എന്നാൽ വൈലോപ്പിള്ളി വരെയുള്ളവരുടെ കവിതയും തകഴി വരെയുള്ളവരുടെ കഥയും എനിക്കിഷ്ടമാണ്. ജീവചരിത്രങ്ങൾ, ആത്മകഥകൾ, സ്മരണകൾ എന്നിവയാണ് കൂടുതലിഷ്ടം. ജീവിതത്തിന്റെ അന്ത്യദശയിൽ സാഹിത്യം പോലെ എനിക്കാശ്വാസം നൽകുന്ന മറ്റൊന്നും തന്നെയില്ല.

ഇരുപതാം നൂറ്റാണ്ട് ഏകദേശം മുഴുവൻ കണ്ട വ്യക്തിയാണ് ഞാൻ. നല്ലതും ചീത്തയുമായ നിരവധി മാറ്റങ്ങൾ ഈ കാലഘട്ടത്തിലുണ്ടായി. ചീത്തയായ മാറ്റങ്ങളിൽ ഏറ്റവും വേദനാജനകമായി തോന്നുന്നത് മനുഷ്യരുടെ സ്നേഹബന്ധങ്ങളിൽ വന്ന സ്വാർത്ഥപരായണത്വവും കച്ചവട മനഃസ്ഥിതിയുമാണ്.

എന്റെ വിവാഹം കൂടിയാലോചിച്ചു നടത്തിയതാണ്. ആലോചനയ്ക്കു പോയത് കാരണവന്മാരല്ല. ഞാൻ തന്നെയാണ് എന്ന വ്യത്യാസമുണ്ട്. വിവാഹത്തിനുശേഷം നാലു കൊല്ലം കഴിഞ്ഞപ്പോൾ ജീവിക്കുവാൻ ഒരു മാർഗ്ഗവും കാണാതെ ഗർഭിണിയായ ഭാര്യയെയും ഒരു പിഞ്ചു കുഞ്ഞിനെയും വീട്ടിൽ തനിച്ചാക്കി നാടുവിട്ടു. പിന്നെ ആറു കൊല്ലം കഴിഞ്ഞാണ് ഞങ്ങൾ ഒന്നിച്ചുള്ള ജീവിതം പുനരാരംഭിച്ചത്. കഠിനമായ ദാരിദ്ര്യമടക്കമുള്ള നിരവധി ദുഃഖങ്ങൾ അവർക്ക് അനുഭവിക്കേണ്ടി വന്നിട്ടുണ്ട്. എന്നാൽ പരസ്പരവിശ്വാസവും സ്നേഹവും നല്ലതു വരുത്തുമെന്ന വിശ്വാസവുമുണ്ടെങ്കിൽ എല്ലാ ക്ലേശങ്ങളും സഹിക്കുവാൻ കഴിയുമെന്ന് ഞങ്ങൾ പഠിച്ചു. ∎

വി.വി. രാഘവൻ

(1923-2004)

തൃശൂർ ജില്ലയിൽ ജനനം. മെട്രിക്കുലേഷൻ വരെ പഠിച്ചു. കൊച്ചി രാജ്യ പ്രജാമണ്ഡലത്തിലൂടെ രാഷ്ട്രീയ പ്രവർത്തനം ആരംഭിച്ചു. 1948ൽ കമ്യൂണിസ്റ്റ് പാർട്ടിയിൽ അംഗമായി. മൂന്നു തവണ തൃശൂർ മുനിസിപ്പൽ കൗൺസിൽ അംഗമായിരുന്നു. രണ്ടു തവണ കേരള നിയമസഭാംഗം. കൃഷി വകുപ്പുമന്ത്രിയായിരുന്നു. രണ്ടു തവണ ലോകസഭയിലേക്ക് തെരഞ്ഞെടുക്കപ്പെട്ടു. രാജ്യസഭാംഗമായിരിക്കെ ചരമമടഞ്ഞു.ലെനിനിന്റെ നാട്ടിൽ എന്ന ഗ്രന്ഥത്തിന് സോവിയറ്റ് ലാന്റ്-നെഹ്റു അവാർഡ് ലഭിച്ചു. പുലരിക്കുമുമ്പ് എന്ന നാടകവും എഴുതിയിട്ടുണ്ട്.

ഞാൻ മനുഷ്യരേയും, ജന്തുക്കളേയും, പ്രകൃതിയേയും സ്നേഹിച്ചു. അതുവഴി ഞാനർഹിക്കാത്ത പല നേട്ടങ്ങളും കൈവരിക്കാൻ കഴിഞ്ഞു.

ജനങ്ങളുടെ അളവറ്റ സ്നേഹമാണ് എന്റെ ജീവിതത്തിലെ ഏറ്റവും വലിയ സമ്പാദ്യം - ഏക സമ്പാദ്യം.

നിർധന കുടുംബത്തിലാണ് എന്റെ ജനനം - നിർധനനായി തന്നെ ലോകത്തോട് വിട പറയാൻ കഴിയുമെന്നതിൽ എനിക്കാഹ്ലാദമുണ്ട്. അഭിമാനമുണ്ട്. എഴുപതു കഴിഞ്ഞ എനിക്ക് ഇപ്പോൾ ഏറ്റവും ആഹ്ലാദകരമായ നിമിഷങ്ങൾ എന്റെ കൊച്ചുമക്കളിൽ നിന്നാണ് ലഭിക്കുന്നത്.

എന്നെ ലോക്കപ്പിലിട്ട് തല്ലിച്ചതച്ച പോലീസ് ഉദ്യോഗസ്ഥന്മാർ ഞാൻ മന്ത്രിയായി വന്നപ്പോൾ ഭവ്യതയോടെ അഭിവാദ്യം ചെയ്യാനെത്തി. അവരുടെ മുഖത്ത് ഒരു ഭാവഭേദവും കണ്ടില്ല. അത് ആ യൂണിഫോമിന്റെ സഹജസ്വഭാവമായിരിക്കാം. ഏറ്റവുമധികം വിദ്യ ഞാനഭ്യസിച്ചത് വിയ്യൂർ ജയിലിൽ നിന്നാണ്. കൃഷിപ്പണി പഠിച്ചതും അവിടെ വെച്ചാണ്.

1962-ൽ ചൈന ഇന്ത്യയെ ആക്രമിച്ചപ്പോൾ അതു തെറ്റാണെന്നു ഞാൻ പറഞ്ഞു. പക്ഷെ അന്നത്തെ സർക്കാർ എന്നെ ആറുമാസം പൂജപ്പുര ജയിലിലടച്ചു. അതിന്റെ കാരണം ഇന്നും പിടികിട്ടിയിട്ടില്ല.

അയിത്ത ജാതിക്കാരനായി ജനിച്ചതിന്റെ പീഡനങ്ങളും, അതിൽ നിന്ന് മോചനത്തിനായുള്ള ചിന്തയുമാണ് സാമൂഹ്യ വികാസത്തിന്റെ നിയമങ്ങൾ മനസ്സിലാക്കാൻ വഴിവെച്ചത് - അങ്ങനെ ഞാൻ കമ്യൂണിസ്റ്റായി.

പല ലോകരാഷ്ട്രങ്ങളും കണ്ടു. പക്ഷെ എന്റെ സ്വർഗ്ഗം കേരളം തന്നെ. ∎

സമ്പാ: ടി.എൻ. ജയചന്ദ്രൻ

എം.കെ. ജോസഫ്

(1931-2006)

കോട്ടയം ജില്ലയിലെ കാഞ്ഞിരപ്പള്ളിയിൽ ജനനം. എഴുത്തുകാരൻ, ഐ.പി.എസ്. പോലീസ് മേധാവി, ഭരണതന്ത്രജ്ഞൻ. ഡയറക്ടർ ജനറലായും ഇൻസ്പെക്ടർ ജനറൽ ഓഫ് പൊലീസ് ആയും ജോലി ചെയ്തു. ഫാമിങ് കോർപറേഷൻ എം.ഡി., ഇൻഡസ്ട്രിയൽ എന്റർപ്രൈസ് ചെയർമാൻ എന്നീ സ്ഥാനങ്ങളും സ്വീകരിച്ചു. ആനുകാലികങ്ങളിൽ നിരവധി ലേഖനങ്ങൾ പ്രസിദ്ധീകരിച്ചിട്ടുണ്ട്. ഗ്രൂണോയുടെ കഥ, വഴി തെറ്റിയ യാത്രക്കാരൻ എന്നീ കഥാസമാഹാരങ്ങൾ.

അമിതവിനയം കാണിക്കുന്നവരെ ഒരു കാര്യത്തിലും വിശ്വാസത്തിലെടുക്കരുത്.

മേലധികാരികളോട് സ്വന്തം അഭിപ്രായങ്ങൾ മനഃസാക്ഷിയുടെ ധീരതയോടെ പറയുകയും കീഴ്സിൽബന്തികൾക്കു നമ്മോടു പറയാനുള്ളത് സഹിഷ്ണുതയോടെ കേൾക്കുകയും വേണം.

സ്വന്തം അച്ഛനമ്മമാരൊഴികെയുള്ള ബന്ധുക്കളെക്കാൾ, അപകടസന്ധികളിൽ സ്നേഹിതന്മാരാണ് നമുക്കു പ്രയോജനപ്പെടുക.

ഈശ്വരൻ നമുക്കു നൽകാൻ കൂട്ടാക്കാത്ത സിദ്ധിവിശേഷങ്ങൾ മറ്റുള്ളവർക്കുണ്ടെങ്കിൽ അവരെ പ്രോത്സാഹിപ്പിക്കേണ്ടത് നമ്മുടെ ധർമ്മമാണ്.

കീഴ്സിൽബന്തികളെ മറ്റുള്ളവരുടെ സാന്നിദ്ധ്യത്തിൽ ശാസിക്കരുത്.

സർക്കാർ ഉദ്യോഗസ്ഥന്റെ ഒരു കാൽ എപ്പോഴും ജയിലിലാണെന്ന് ഓർമ വേണം.

ക്രമസമാധാനപാലന രംഗത്ത് ജനക്കൂട്ടത്തോട് സംവാദത്തിലേർപ്പെടരുത്.

മദ്യപാനം ഒഴിവാക്കുക - നിവൃത്തിയില്ലാത്ത സാഹചര്യങ്ങളിൽ സമന്മാരുടെ കൂടെയല്ലാതെ അപരിചിതരുടെ കമ്പനിയിൽ മദ്യപിക്കരുത്.

ബാങ്കുകളിൽ നിന്നോ സ്വകാര്യ വ്യക്തികളിൽ നിന്നോ നമ്മുടെ കഴിവിൽ കവിഞ്ഞ തുക പലിശയ്ക്കു കടമെടുത്ത് കൃഷിയോ വ്യവസായമോ തുടങ്ങരുത്.

മക്കൾക്കു വിവാഹബന്ധം ആലോചിക്കുമ്പോൾ, നമ്മെക്കാൾ സാമ്പത്തികശേഷിയുള്ളവരെ ഒഴിവാക്കുക. ∎

വൈക്കം ചന്ദ്രശേഖരൻ നായർ

(1928-2005)

കോട്ടയം ജില്ലയിലെ വൈക്കത്ത് ജനനം. നോവലിസ്റ്റ്, നാടകകൃത്ത്, പത്രപ്രവർത്തകൻ. കല, ദർശനം, സംഗീതം തുടങ്ങിയവയിൽ പ്രഗൽഭൻ. കമ്യൂണിസ്റ്റ് പാർട്ടിയിൽ സജീവ പ്രവർത്തകനായിരുന്നു. കേരളഭൂഷണം, മലയാള മനോരമ, ജനയുഗം തുടങ്ങിയവയിൽ എഡിറ്ററായിരുന്നു. പ്രധാന കൃതികൾ: സ്മൃതി കാവ്യം, നഖങ്ങൾ, പഞ്ചവൻകാട്.

സൗഹൃദത്തേക്കാൾ വലിയ ധനം ഭൂമിയിൽ നേടാനില്ല.

മനുഷ്യനു പലതിലും അന്യനെ സഹായിക്കാൻ കഴിയും: പക്ഷേ, വിവാഹം ഒന്നിൽ മാത്രം അതു സാദ്ധ്യമല്ല; ഏകാകിയായി നാം അനുഭവിക്കാൻ വിധിക്കപ്പെട്ട സംഗതിയാണത്.

നിറച്ച് തെറ്റുകളും തിരുത്തലുകളുമുള്ള ഒരു ഋജുരേഖയാണത്.

നിർവ്വചനമില്ലാത്ത മനുഷ്യകഥാഗ്രന്ഥം.

സ്നേഹബന്ധത്തേക്കാൾ സാരമുള്ളത്. മറ്റെന്തുണ്ട്?

സകലനിയമങ്ങളും ഉണ്ടായത് ആചാരങ്ങളിൽ നിന്നാണ്; മനുഷ്യന് അച്ചടക്കമുണ്ടായത് 'മര്യാദ' എന്ന ധർമ്മബോധത്തിൽ നിന്നാണ്.

ഔപചാരിക വിദ്യാഭ്യാസം എനിക്ക് അൽപം കിട്ടി; അനൗപചാരിക വിദ്യാഭ്യാസം പ്രപഞ്ചത്തോളം വാതിലുകൾ തുറന്നിട്ടിരിക്കുന്ന പാഠശാലയാണ്.

അന്വേഷണവും കണ്ടെത്തലും നിത്യവും നടക്കുന്ന ഒരു സൗന്ദര്യഭൂമി.

അർത്ഥമുള്ള പ്രഹേളിക; ഇവിടെ വയ്യാത്തത് ഒന്നുമില്ല!

ഓ ഇനിയും എന്തെല്ലാം പഠിക്കാനിരിക്കുന്നു! ∎

പി. ഭാസ്കരൻ

(1924-2007)

തൃശൂർ ജില്ലയിലെ കൊടുങ്ങല്ലൂരിൽ ജനനം. കവി, ഗാനരചയിതാവ്, നടൻ, സ്വാതന്ത്ര്യസമര സേനാനി , ചലച്ചിത്രക്കാരൻ. ആദ്യകാലത്ത് ഇടതുപക്ഷ രാഷ്ട്രീയത്തിൽ സജീവമായി പങ്കെടുത്തു. ദേശാഭിമാനി, ദീപിക എന്നിവയുടെ പത്രാധിപരായിരുന്നു. സംഗീത നാടക അക്കാദമി ചെയർമാൻ, ഫിലിം ഡെവലപ്മെന്റ് കോർപറേഷൻ ചെയർമാൻ എന്നീ നിലകളിൽ സേവനമനുഷ്ഠിച്ചു. പ്രശസ്തങ്ങളായ നിരവധി ചലച്ചിത്രങ്ങൾക്കുവേണ്ടി ഗാനങ്ങൾ രചിച്ചു. സത്രത്തിൽ ഒരു രാത്രി, ഓടക്കുഴലും ലാത്തിയും, ഓർക്കുക പലപ്പോഴും തുടങ്ങിയവയാണ് പ്രധാനപ്പെട്ട കവിതാ സമാഹാരങ്ങൾ. ഓടക്കുഴൽ പുരസ്കാരം, കേരള സാഹിത്യ അക്കാദമി പുരസ്കാരം എന്നിവ ലഭിച്ചിട്ടുണ്ട്.

ഞാൻ പഠിച്ചിട്ടുള്ള ഏറ്റവും വലിയ വിദ്യാലയം ജീവിതമാണെന്ന് കാലം ചെല്ലുംതോറും കൂടുതൽ ബോദ്ധ്യം വന്നുകൊണ്ടിരിക്കുകയാണ്. എന്നെ പഠിപ്പിച്ചിട്ടുള്ള ഗുരുനാഥന്മാരിൽ അഗ്രഗണ്യൻ ആയിട്ടെനിക്ക് ഇപ്പോഴും തോന്നുന്നത് ജീവിതമാണ്.

ആദ്യകാലങ്ങളിൽ പഠിച്ച അടിസ്ഥാനപരമായ ചില പാഠങ്ങളൊഴിച്ച് ബാക്കിയുള്ളവ കൂടെക്കൂടെ മാറിക്കൊണ്ടിരിക്കുന്നുണ്ട്. എന്റെ ഒരു കവിതയിൽ പറഞ്ഞതുപോലെ
'പാഠങ്ങളടിക്കടി വെട്ടിയും തിരുത്തിയും
പീഡിപ്പിക്കയാണെന്നെ, ജീവിതഗുരുനാഥൻ'

ഈ പറഞ്ഞത് അൽപം അതിശയോക്തിയായിപ്പോയെന്ന് കവിത പ്രസിദ്ധീകരിച്ചുകഴിഞ്ഞപ്പോൾ എനിക്ക് തോന്നിയിട്ടുണ്ട്. ജീവിതഗുരുനാഥൻ പീഡിപ്പിക്ക മാത്രമാണോ ചെയ്യുന്നത്? അടിക്കടി തെറ്റുകൾ വെട്ടുന്നതും തിരുത്തുന്നതും ഒരു ഗുരുനാഥന്റെ ഏറ്റവും ഉദാത്തമായ കർത്തവ്യമല്ലേ? ഒന്നാംക്ലാസിൽ പഠിച്ച പുസ്തകം തന്നെയാണോ വാർദ്ധക്യകാലത്ത് സ്ഥലംവിടുന്നതുവരെ പഠിച്ചു കൊണ്ടിരിക്കേണ്ടത്? ചുരുക്കിപ്പറഞ്ഞാൽ, വെട്ടലും തിരുത്തലും ജീവിതമെന്ന ഗുരുനാഥന്റെ ശിക്ഷണത്തിലെ ഏറ്റവും ഉത്തമവും ഉദാത്തവുമായ കർമ്മമാണ്: ധർമ്മമാണ്.

ചില പാഠങ്ങൾ പ്രയോഗിക്കുമ്പോൾ തെറ്റുപറ്റിയെന്നു വരാം. ആ തെറ്റുകൾ അവനവനുതന്നെ ബോദ്ധ്യപ്പെട്ടാൽ, ഉറക്കെ പ്രസ്താവിക്കുകയും അത് തിരുത്തുകയുമാണ് ഒരുത്തമ മനുഷ്യന്റെ ധർമ്മം.

ഞാൻ പഠിച്ച ഏറ്റവും വലിയ ജീവിതപാഠം ഏതാണെന്ന് ഞാൻ എന്നോടു കൂടെക്കൂടെ ചോദിക്കാറുണ്ട്. ഉത്തരം കണ്ടെത്താൻ വളരെ ബുദ്ധിമുട്ടുകയും ചെയ്തു. വാസ്തവം പറഞ്ഞാൽ ഈ ചോദ്യത്തിന് ഒരേ ഒരുത്തരം കണ്ടെത്തുവാൻ ഒരു മനുഷ്യജീവിക്കും സാധിക്കുമെന്നു തോന്നുന്നില്ല. പല ഉത്തരങ്ങളും മുന്നിലേയ്ക്കു കടന്നുവരുന്നുണ്ട്. പല മതങ്ങളും പല വിശ്വാസങ്ങളും ഇതിനു വെവ്വേറെ മറുപടികൾ കണ്ടെത്തുന്നുമുണ്ട്. ഒന്നുരണ്ടു വാചകങ്ങളിൽ ഞാൻ പറഞ്ഞുനോക്കട്ടെ: ഉറുമ്പുകളോടോ തേനീച്ചകളോടോ ഉപമിക്കാൻ മാത്രം പറ്റുന്ന ഒരു സമൂഹജീവിയല്ലല്ലോ മനുഷ്യൻ. അവന്റെ ഏറ്റവും വലിയ ശക്തി. സാമൂഹ്യബോധത്തോടൊപ്പം തന്നെ നിയതിയും സമൂഹവും അവന് സമ്മാനിച്ചിട്ടുള്ള വിശേഷബുദ്ധിയാണ്. 'ഭൂമിയിലെ ദേവൻ' എന്നും മറ്റും പുരാണങ്ങളും മതശാസ്ത്രങ്ങളും വിശേഷിപ്പിക്കുന്നത് ഈ വിവേചനബുദ്ധിയും ജീവിതനിയന്ത്രണശക്തിയും അവന് കൈവന്നിട്ടുള്ളതുകൊണ്ടാണ്. ■

ടി.എൻ. ഗോപിനാഥൻ നായർ

(1919-1999)

തിരുവനന്തപുരത്ത് ജനനം. സാഹിത്യകാരൻ, നടൻ, നാടകകൃത്ത്, പത്രപ്രവർത്തകൻ. മലയാള രാജ്യം, മലയാളി എന്നിവയുടെ പത്രാധിപ സമിതിയംഗം, സഖി വാരികയുടെ ചീഫ് എഡിറ്റർ, കേരള സംഗീത നാടക അക്കാദമി ചെയർമാൻ തുടങ്ങിയ സ്ഥാനങ്ങൾ വഹിച്ചിട്ടുണ്ട്. എന്റെ ആൽബം, സുധ, ദാമ്പത്യത്രാസ്, എന്റെ ഡയറി തുടങ്ങിയവയാണ് പ്രധാന കൃതികൾ.

'അനന്തം അജ്ഞാതം അവർണ്ണനീയം
ഈ ലോകഗോളം തിരിയുന്ന മാർഗ്ഗം
അതിങ്കൽ എങ്ങാണ്ടൊരിടത്തിരുന്ന്
നോക്കുന്ന മർത്ത്യൻ കഥയെന്തറിഞ്ഞു'

നാം പലതും കണ്ടുപിടിച്ചെന്ന് അഹങ്കരിക്കുന്നുണ്ടെങ്കിലും ജനനത്തെയും ജീവിതത്തെയും മരണത്തെയും ഈശ്വരനെയും കുറിച്ചുള്ള കാതലായ ചോദ്യങ്ങൾക്ക് കാര്യമായ ഉത്തരം കിട്ടാതെ എല്ലാം പ്രഹേളികപോലെ കഴിയുകയാണ്. കഴിഞ്ഞതും നടക്കുന്നതും വരാൻ പോകുന്നതും ഒന്നും ശാശ്വതമല്ലെന്ന് തോന്നുന്നു.

ജീവിതം എന്നെ എന്തു പഠിപ്പിച്ചു?

പ്രജ്ഞയിലാണ് നാം ജനിക്കുന്നതും ജീവിക്കുന്നതും അലിഞ്ഞുചേർന്നകലുന്നതും. പ്രജ്ഞയാണ് ബ്രഹ്മവും ആത്മാവും ദൈവവും. അതുമാത്രമാണ് ശാശ്വതം. എല്ലാത്തിനും പേരു നൽകുന്നതും രൂപം നൽകുന്നതും പ്രജ്ഞയാണ്. പ്രജ്ഞയ്ക്ക് ശൈഥില്യം സംഭവിച്ചാൽ പിന്നെ ഭ്രാന്താകും. ഒന്നും തിരിച്ചറിയാൻ കഴിയാതെ വരും. സകല സങ്കൽപവും വികലമാവും. ജീവിതത്തിന് ഓജസും ഓമനത്വവും നൽകി അഭികാമ്യമാകുന്നത് താളം തെറ്റാത്ത പ്രജ്ഞയാണ്.

പ്രജ്ഞയ്ക്ക് രൂപം ഇല്ല. ദൈവത്തിനും രൂപമില്ല. പക്ഷേ, അവയുടെ സാന്നിദ്ധ്യം - ചൈതന്യം അനുഭവവേദ്യമാണ്. സന്തതവർത്തിയും. സകല പരിധികൾക്കും അതീതവുമായ ആ പ്രേമത്തെയും സൗന്ദര്യത്തെയും ശക്തിയെയും ധ്യാനത്തിൽ കൂടി മാത്രമേ മനുഷ്യന് മനസ്സിലാക്കാനും ആസ്വദിക്കാനും സാദ്ധ്യമാകുകയുള്ളു.

പ്രപഞ്ചത്തിന് സകല ചരാചരങ്ങളെയും സൃഷ്ടിച്ച ദൈവത്തെ സൃഷ്ടിച്ചത് മനുഷ്യനാണ്. ആയിരക്കണക്കിന് ദേവീദേവന്മാർക്കും പേരും രൂപവും നൽകിയതും മനുഷ്യനാണ്. അതേസമയം ദൈവമെന്ന ശക്തി ഏകമാണെന്നും മനുഷ്യനറിയാം. സർവ്വസ്പർശയും സർവ്വശക്തയുമായ ദൈവത്തെ പ്രാപിക്കുന്നതിന് ഒരു രൂപവും പേരും നൽകുന്നത് അത്യന്താപേക്ഷിതമാണെന്ന് മനുഷ്യന് തോന്നി. ആ പേരും രൂപവും വിശേഷണങ്ങളുമുള്ള ദൈവത്തെ ഏകാഗ്രതയോടെ ധ്യാനിക്കുന്ന സത്യാന്വേഷിക്ക് സ്വായത്തമാകുന്ന അനുഭവം എന്താണ്? ധ്യാനിക്കുന്തോറും ആ പേരും രൂപവും മായുന്നു. ധ്യാനിക്കപ്പെട്ട ആ രൂപം ഒരു പ്രകാശനാളമായി പരിണമിക്കുന്നു. ആ പ്രകാശത്തിന് ശക്തിയും വ്യാപ്തിയും അനുദിനം വർദ്ധിച്ചുവരുന്നു. ആത്മാർത്ഥതയുള്ള ഏതു ഭക്തനും ധ്യാനം കൊണ്ട് നേടാവുന്ന അനുഭൂതിയാണിത്. അതു തന്നെയല്ലേ സ്വർഗ്ഗവും മോക്ഷവും! ■

എൻ. മോഹനൻ
(1933-1999)

തിരുവനന്തപുരം ജില്ലയിലെ രാമപുരത്ത് ജനനം. സാഹിത്യകാരൻ. കോളേജ് അധ്യാപകൻ, സാംസ്കാരിക കാര്യ ഡയറക്ടർ, കേരള സ്റ്റേറ്റ് ഫിലിം ഡെവലപ്മെന്റ് കോർപറേഷന്റെ മാനേജിങ് ഡയറക്ടർ എന്നീ നിലകളിൽ സേവനമനുഷ്ഠിച്ചു. നിന്റെ കഥ (എന്റെയും), പൂജയ്ക്കെടുക്കാത്ത പൂക്കൾ, ഇന്നലത്തെ മഴ (നോവൽ) എന്നിവയാണ് പ്രധാന കൃതികൾ.

വളരെ യാഥാസ്ഥിതികമായ സാഹചര്യത്തിലുള്ള ഒരു ബ്രാഹ്മണാന്തരീക്ഷത്തിൽ ജനിച്ചുവളർന്ന ഞാൻ എന്തുകൊണ്ട് ബ്രാഹ്മണ്യത്തിന്റെ നന്മയോ തിന്മയോ കിട്ടാത്ത വെറുമൊരു സാധാരണക്കാരനായി എന്നെനിക്കറിയില്ല. എല്ലാ ജാതിയിലും മതത്തിലും പാർട്ടിയിലും പെട്ട സുഹൃത്തുക്കൾ എനിക്കുണ്ട്. എന്തുകൊണ്ട് അവരെന്നെ സഹിക്കുന്നു, സ്നേഹിക്കുന്നു, സഹായിക്കുന്നു, പ്രോത്സാഹിപ്പിക്കുന്നു. എന്നെനിക്കു മനസ്സിലായിട്ടില്ല.

നൈരന്തര്യമോ, യുക്തിയോ, വികാരവിധേയത്വമോ, നീതിബോധമോ ഇല്ലാത്ത ഒരു സമൂഹജീവിത സമ്പ്രദായത്തിൽ. ആൺ-പെൺ ബന്ധങ്ങളുടെ എന്തോ

ഒരു ക്രമവത്കരണത്തിനു വേണ്ടിയുള്ള അശാസ്ത്രീയമെങ്കിലും ഉദ്ദേശ്യശുദ്ധിയുള്ള ഒരു പരിശ്രമം എന്ന നിലയ്ക്കാണ് വിവാഹമെന്ന സ്ഥാപനത്തെ ഞാൻ കാണുന്നത്. അത് വിജയകരമാക്കാമെന്ന, അന്ധമെങ്കിൽ അന്ധമായ വിശ്വാസമാണ് സൗകര്യപ്രദവും സംതൃപ്തികരവും.

ജീവിതത്തിന്റെ എല്ലാ മണ്ഡലങ്ങളിലുമെന്ന പോലെ രാഷ്ട്രീയത്തിലും നന്മയും തിന്മയും ഉണ്ട്. അഭിവീക്ഷണത്തിന്റെ ആപേക്ഷികതയനുസരിച്ച് ഈ നന്മതിന്മകളെ വിലമതിക്കാം.

സാഹിത്യം എന്നും എന്റെ ജീവിതത്തിന്റെ ഒരു ഭാഗമായിരുന്നു. വായനയിൽ വിലയിച്ചുള്ള തുടക്കത്തിൽ നിന്നാണ് എഴുത്തിലെത്തിയത്. ഇന്നും വായനയാണിഷ്ടം. ഇന്നത്തെ ഇളംതലമുറയിൽ പെട്ട സുഭാഷ്ചന്ദ്രൻ, കെ. രേഖ, വൽസലൻ വാതുശ്ശേരി, ആശാകൃഷ്ണൻ, ലക്ഷ്മീദേവി എന്നീ കുട്ടികളുടെ രചനകൾ പോലും എനിക്ക് അനുഭൂതികളുടെ പുതിയ ലോകങ്ങൾ തുറന്നുതരുന്നു.

സ്നേഹബന്ധങ്ങളില്ലെങ്കിൽ ജീവിതമേ ഇല്ല. ഏകാകിതയുടെ ആത്മാഹുതിയിൽ നിന്ന് രക്ഷിക്കുന്നത് അതിന്റെ ഭാവബന്ധുരതകളും തീക്ഷ്ണതകളും വിലോലതകളും സംഘട്ടനങ്ങളും സമ്മർദ്ദങ്ങളും സന്ധികളും സമ്മേളനങ്ങളും സംഭോഗങ്ങളും മറ്റു വൈവിദ്ധ്യങ്ങളുമാണ്.

ആചാരമര്യാദകൾ എല്ലാ കാലത്തിന്റെയും ജീവിതാവസ്ഥകളുടെ പെരുമാറ്റശൈലിയുടെ ഭാഗമാണ്. അവ മാറി മാറി വരുന്നു. മാറുവാൻ കൂട്ടാക്കാത്തവ ചരിത്രത്തിന്റെ തെറ്റുതിരുത്തലുകളിൽ ചോരപ്പാടായി അവശേഷിക്കുന്നു.

വ്യക്തിയോടും സമൂഹത്തോടുമുള്ള പ്രതികരണരീതി മനസ്സിലാക്കി ജീവിക്കാൻ തയ്യാറാകുന്നതാണ് വിദ്യാഭ്യാസം. അതിൽ സഞ്ചിതപാരമ്പര്യത്തിന്റെ നിധിയും ആർജ്ജിത വൈഭവങ്ങളുടെ നേട്ടവും സമകാലിക സംസ്കാരത്തിന്റെ സമ്പത്സമൃദ്ധിയും ഉണ്ടായിരിക്കണം.

ജീവിതത്തെ ജീവിതവ്യമാക്കുന്ന ഏറ്റവും മഹനീയമായ ഒരു വൈകാരിക വൈചാരിക പ്രവർത്തനമാണ് കല എന്നു ഞാൻ കരുതുന്നു.

അക്ഷരവും സിനിമയും മനുഷ്യമനസ്സിനെ സ്വാധീനിക്കുന്ന രണ്ടു മാദ്ധ്യമങ്ങളാണ്. നല്ലതിനും ചീത്തയ്ക്കും അവ ഉപയോഗിക്കാം. ■

എൻ.പി. മുഹമ്മദ്

(1929-2003)

കോഴിക്കോട് ജില്ലയിൽ ജനനം. ചെറുകഥാകൃത്ത്, നോവലിസ്റ്റ്, വിമർശകൻ. കോഴിക്കോട് ഭവന നിർമാണ സഹകരണസംഘം സെക്രട്ടറി, കേരളകൗമുദി റസിഡന്റ് എഡിറ്റർ എന്നീ സ്ഥാനങ്ങൾ വഹിച്ചു. കേരള സാഹിത്യ അക്കാദമി പ്രസിഡന്റായിരിക്കേ അന്തരിച്ചു. എണ്ണപ്പാടം, അറബിപ്പൊന്ന് (എം.ടി.യുമൊത്ത്), ദൈവത്തിന്റെ കണ്ണ് എന്നിവയാണ് പ്രധാന നോവലുകൾ. മന്ദഹാസത്തിന്റെ മൗനരോദനം, തൊപ്പിയും തട്ടവും തുടങ്ങിയ അഞ്ചോളം വിമർശന കൃതികളും രചിച്ചിട്ടുണ്ട്. സാഹിത്യ അക്കാദമി പുരസ്കാരം, കേരള സാഹിത്യ പരിഷത്ത് അവാർഡ്, മൂലൂർ അവാർഡ് എന്നിവ ലഭിച്ചു.

ജീവിതത്തിൽനിന്നു ഞാൻ പഠിച്ചത് സ്നേഹം നിർവ്വചനാതീതമാണെന്നാണ്.

ജീവിതം ഓടുന്നു. ഞാൻ അതിന്റെ പിന്നാലെ ഓടുന്നു. ഒരിക്കലും ജീവിതത്തോടൊപ്പം എത്താൻ കഴിയുന്നില്ല.

ആൾക്കൂട്ടത്തിനെതിരുനിന്നതുകൊണ്ട് പലതും നഷ്ടപ്പെട്ടിട്ടുണ്ട്. ആ നഷ്ടം ഒരു സുഖമാണ്.

കളവ് പറഞ്ഞതുകാരണം പിന്നീട് ദുഃഖിച്ചിട്ടുണ്ട്. എന്നിട്ടും പിന്നെയും കളവ് പറഞ്ഞുപോകുന്നു.

വയസ്സുകാലത്ത് സുഹൃത്തുക്കളെ നേടാനാവുകയില്ല.

ഉപകാരം ചെയ്തവരിൽ നിന്നു പ്രതിഫലം കിട്ടുമെന്ന മോഹം വേണ്ട. ഉപകാരം ചെയ്യാത്തവരിൽ നിന്നു ധാരാളം സഹായം കിട്ടുകയും ചെയ്തിട്ടുണ്ട്.

മറ്റുള്ളവർ കാണുന്നതുപോലെയാണ് ഞാനും കാര്യങ്ങൾ കാണുന്നതെങ്കിൽ എന്നെക്കൊണ്ടൊരു ആവശ്യവുമില്ല.

രാഷ്ട്രീയം സമൂഹത്തെ കാണുകയും വ്യക്തിയെ കാണാതിരിക്കുകയും ചെയ്യുന്നു.

മനുഷ്യമനസ്സിന്റെ അനന്തമായ വൈചിത്ര്യങ്ങളെപ്പറ്റിയുള്ള ഉള്ളറിവ് സാഹിത്യം നൽകുന്നു.

അശാന്തമായ മനസ്സിലേ പുതുമ കിളരൂ. ∎

സമ്പാ: ടി.എൻ. ജയചന്ദ്രൻ

ഡി.സി. കിഴക്കേമുറി

(1914-1999)

കോട്ടയം ജില്ലയിലെ കാഞ്ഞിരപ്പിള്ളിയിൽ ജനനം. പ്രസാധകൻ, എഴുത്തുകാരൻ, കോളമിസ്റ്റ്, സ്വാതന്ത്ര്യസമരസേനാനി. അധ്യാപകനായി ഔദ്യോഗിക ജീവിതം ആരംഭിച്ചു. സാഹിത്യ പ്രവർത്തക സഹകരണ സംഘം കെട്ടിപ്പടുത്തതിലൊരാൾ. സംഘത്തിൽ നിന്ന് വിരമിച്ചതിനുശേഷം 1974ൽ ഡി.സി. ബുക്സിന് തുടക്കമിട്ടു. കറന്റ് ബുക്സ് മാനേജിങ് പാർട്ട്ണർ, ഓഥേഴ്സ് ഗിൽഡ് ഓഫ് ഇന്ത്യയിൽ അംഗം, ലിപി പരിഷ്കരണ കമ്മിറ്റി അംഗം തുടങ്ങി നിരവധി പ്രമുഖ സ്ഥാനങ്ങൾ വഹിച്ചിട്ടുണ്ട്. പദ്മഭൂഷൺ, രാജീവ്ഗാന്ധി അവാർഡ്, സ്വദേശാഭിമാനി പുരസ്കാരം എന്നിവ ലഭിച്ചു. എലിവാണം, കുറ്റിച്ചൂൽ, കറുപ്പും വെളുപ്പും, മെത്രാനും കൊതുകും തുടങ്ങിയ രചനകൾ.

അറിയുന്നവരും അറിയാത്തവരുമായ സുഹൃത്തുക്കളുടെ അളവറ്റ സ്നേഹമാണ് എന്റെ ജീവിതത്തിലെ ഏറ്റവും വലിയ വിജയം. തകഴി ഒരിക്കൽ പറഞ്ഞു: 'കേരളത്തിൽ ഡി.സി.യോളം സാഹിത്യകാരന്മാർ സുഹൃത്തുക്കളായുള്ള മറ്റൊരാൾ ഇല്ല.' ഇത് ശരിയാണോ എന്നറിയില്ല. പക്ഷേ ശരിയാക്കാൻ ഞാൻ ശ്രമിക്കുന്നുണ്ട്. എനിക്ക് ശത്രുക്കൾ ഒട്ടും തന്നെയില്ലെന്നാണ് എന്റെ വിശ്വാസം.

എവിടെയെങ്കിലും ഒരു ശത്രു ഉണ്ടെന്നറിഞ്ഞാൽ അയാളെ മിത്രമാക്കി മാറ്റാൻ ശ്രമിക്കയാണ് എന്റെ പതിവ്. എത്രയധികം പണമുണ്ടാക്കാമോ അതാണ് ബിസിനസ്സിന്റെ ലക്ഷ്യം എന്നു കരുതുന്നവരെ എനിക്ക് പുച്ഛമാണ്. ബിസിനസ്സിനെ ഒരു സാമൂഹ്യ സേവനമായി കാണണം. ബിസിനസ്സിലായാലും വ്യവസായത്തിലായാലും സത്യസന്ധതയ്ക്കു മുഖ്യസ്ഥാനമുണ്ടായിരിക്കണം.

ജീവിതത്തിൽ വിനയം ആവശ്യമാണ്. അത്, അതിരു കടക്കരുതെന്നു മാത്രം. ക്ഷോഭം അടക്കാനുള്ള കഴിവുണ്ടെങ്കിലേ ഏതു രംഗത്തും ശോഭിക്കാനാവൂ.

മതത്തിന്റെ ചട്ടക്കൂടിനകത്ത് നിൽക്കാൻ എനിക്കു വിഷമമുണ്ട്. കാരണം തല ഉയർത്തിപ്പിടിക്കാൻ അത് സമ്മതിക്കില്ല. അതുതന്നെയാണ്, രാഷ്ട്രീയത്തിൽ എന്റെ നിലയും. ധർമ്മത്തിന്റെ മാർഗ്ഗത്തിൽ മുന്നോട്ടു നീങ്ങാൻ ഇതു രണ്ടിന്റെയും സഹായം ആവശ്യമില്ല.

രാഷ്ട്രീയം ആവശ്യമുണ്ടായിരുന്ന കാലത്ത്, (സ്വാതന്ത്ര്യ സമരകാലത്ത്) അതിൽ പ്രവർത്തിച്ചു. സ്വാതന്ത്ര്യം കിട്ടിയ നിമിഷത്തിൽ രാഷ്ട്രീയത്തിൽ നിന്ന് പുറത്തു കടക്കുകയും ചെയ്തു.

പുകവലിയും മദ്യപാനവും ഒഴിവാക്കിയതും സസ്യഭുക്കായി ചെറുപ്പത്തിലേ മാറിയതും എന്റെ ജീവിത വിജയത്തിനു സഹായകമായി എന്നു വിശ്വസിക്കുന്നു.

ലോകത്തിലെ പ്രധാനരാജ്യങ്ങളിൽ പലതും ഞാൻ സന്ദർശിച്ചിട്ടുണ്ട്. എങ്കിലും എന്റെ രാജ്യത്തെയാണ്, ഞാനധികം സ്നേഹിക്കുന്നത്. വിദേശത്തു പഠിക്കുകയും താമസിക്കുകയുമൊക്കെ ചെയ്ത എന്റെ മക്കളും ഈ നിലപാടാണ് സ്വീകരിച്ചിട്ടുള്ളത്.

സ്ഥിരോൽസാഹവും നിശ്ചയദാർഢ്യവുമുണ്ടെങ്കിൽ ആർക്കും ലക്ഷ്യത്തിലെത്താൻ കഴിയുമെന്നാണ് എന്റെ വിശ്വാസം. ∎

കുഞ്ഞുണ്ണി

(1927-2006)

തൃശൂർ ജില്ലയിലെ വലപ്പാട് ജനനം. കവി, ബാലസാഹിത്യകാരൻ, അധ്യാപകൻ. ബാല മനസ്സുകളെ കവിതയിലൂടെയും കഥയിലൂടെയും ഉണർത്തുന്നു കുട്ടികളുടെ കുഞ്ഞുണ്ണിമാഷ്. അമൃത കഥകൾ, കുഞ്ഞുണ്ണിക്കവിതകൾ, പഴഞ്ചൊല്ലുകൾ, നമ്പൂതിരി ഫലിതങ്ങൾ, പഴമൊഴിപ്പത്തായം തുടങ്ങി മുപ്പതോളം കൃതികളുടെ രചയിതാവ്. കേരള സാഹിത്യ അക്കാദമി അവാർഡ്, ബാലസാഹിത്യ ഇൻസ്റ്റിറ്റ്യൂട്ട് അവാർഡ് തുടങ്ങിയവ ലഭിച്ചിട്ടുണ്ട്.

ജീവിതം ജീവിക്കാനുള്ളതാണ്.

ഇങ്ങോട്ട് നന്നായി പെരുമാറാത്ത ആളോടും അങ്ങോട്ട് നന്നായി പെരുമാറണം.

ജീവിക്കാൻ അത്യാവശ്യമല്ലാത്തതുകൊണ്ട് ഞാൻ വിവാഹം കഴിച്ചിട്ടില്ല.

രാഷ്ട്രസേവനമാണ് രാഷ്ട്രീയം. കക്ഷി സേവനമല്ല.

സാഹിത്യം വാസനയുള്ളവർക്ക് വലിയ ഗുണം ചെയ്യും. സൃഷ്ടിപരമായ വാസനയും ആസ്വാദനപരമായ വാസനയുമുണ്ട്. രണ്ടാമതു പറഞ്ഞത് കുറച്ചൊക്കെ താൽപര്യപൂർവ്വം പ്രയത്നിച്ചാലുണ്ടാക്കാം. സൃഷ്ടാവിനേക്കാൾ കൂടുതൽ ആനന്ദം ആസ്വാദകനുണ്ടാവും.

സ്നേഹബന്ധങ്ങൾ ലൗകിക ജീവിതത്തിനത്യാവശ്യമാണ്.

മതപരമായും സാമൂഹ്യമായും ഔദ്യോഗികമായും ആചാര മര്യാദകൾ ഉണ്ട്. ശാന്തവും സമാധാനപൂർണ്ണവുമായ ജീവിതത്തിന് ഇതെല്ലാം ആവശ്യമാണ്.

ഞാൻ പത്താം ക്ലാസുകാരനാണ്.

ഇടയ്ക്കെല്ലാം നല്ല സിനിമ കാണുന്നത് നല്ലതാണ്. ∎

ഡോ. ആർ. പ്രസന്നൻ

(1929-2002)

തിരുവനന്തപുരം ജില്ലയിൽ ആറ്റിങ്ങലിൽ ജനനം. അധ്യാപകൻ, ഭരണതന്ത്രജ്ഞൻ, എഴുത്തുകാരൻ, വാഗ്മി. അഴിമതി നിരോധന കമ്മീഷൻ അംഗം. കൊച്ചി സർവ്വകലാശാലയിൽ നിയമാദ്ധ്യാപക നായിരുന്നു. കേരള നിയമസഭ സെക്രട്ടറിയായി ദീർഘകാല സേവനം അനുഷ്ഠിച്ചു. കേരള പിന്നോക്ക വിഭാഗ കമ്മീഷൻ അംഗം ദേശീയ പിന്നോക്ക വിഭാഗ കമ്മിറ്റി അംഗം, വിവിധ യൂണിവേഴ്സിറ്റികളിൽ ലാ ഡീൻ, സെനറ്റ് അക്കാദമിക് കൗൺസിൽ അംഗം, ബോർഡ് ഓഫ് സ്റ്റഡിസ് അംഗം എന്നീ നിലകളിൽ സേവനമനുഷ്ഠിച്ചു. ഇംഗ്ലീഷിലും മലയാളത്തിലുമായി പത്തോളം കൃതികൾ. നിയമസഭ ഒരു പഠനം, ജില്ലാ ഭരണം ജനഹസ്തങ്ങളിലേക്ക്, നിയമസഭയിൽ നിശബ്ദനായി എന്നിവ മുഖ്യ കൃതികൾ.

ജീവിതത്തിൽ നാം ആഗ്രഹിക്കുന്നതൊക്കെ ലഭിച്ചു എന്നു വരികയില്ല. പക്ഷേ, ആഗ്രഹിക്കാത്തത് പലതും ലഭിച്ചു എന്നു വരും. എല്ലാം ഒരു നിയോഗം എന്നു കരുതിയാൽ മതി.

സ്വന്തം പരിമിതികളെപ്പറ്റി എപ്പോഴും ബോധവനായിരിക്കുക. ഇല്ലെങ്കിൽ ചിലപ്പോൾ പരിഹാസപാത്രമായിത്തീരും.

അറിവുള്ള കാര്യങ്ങളെക്കുറിച്ചു മാത്രം അഭിപ്രായം പറയുക. പ്രതികരണശേഷി ഉണ്ടാവുന്നത് നല്ലതാണെങ്കിലും 'പ്രകടനം' ഒഴിവാക്കുകയാണ് നല്ലത്.

ചെയ്യേണ്ടതെല്ലാം ചെയ്യേണ്ട സമയത്ത് ചെയ്യുക. നഷ്ടപ്പെട്ട അവസരങ്ങളെക്കുറിച്ച് പിന്നീട് ഓർത്ത് ദുഃഖിച്ചിട്ട് ഒരു ഫലവുമില്ല.

അന്യരുടെ അനുഭവങ്ങളിൽ നിന്ന് പഠിക്കേണ്ടത് പഠിക്കാൻ ശ്രമിക്കുക. അതിന് കഴിഞ്ഞില്ലെങ്കിൽ സ്വന്തം അനുഭവങ്ങളിൽനിന്നെങ്കിലും പഠിക്കുക.

സ്നേഹവും വിശ്വാസവും ആദരവും അങ്ങോട്ടു നൽകിയാൽ തീർച്ചയായും അവ തിരികെ ലഭിക്കും - അതേ തോതിൽ അല്ലെങ്കിൽ കൂടിയും.

ജീവിതപങ്കാളിയെ തിരഞ്ഞെടുക്കുന്നതു വേണ്ടത്ര ആലോചിച്ചതിനുശേഷം വേണം. അതിനേക്കാൾ പ്രധാനം വിവാഹത്തിനുശേഷം പങ്കാളിത്തബോധം ഇരുവരിലും ഉണ്ടായിരിക്കണം എന്നതാണ്. ജീവിതവിജയത്തിന്റെ സുപ്രധാന ഘടകങ്ങളിൽ ഒന്നാണത്.

കുട്ടിക്കാലത്ത് അമ്മ ഞങ്ങളോട് പറയാറുണ്ടായിരുന്നു. 'അന്യരെ ദുഷിക്കരുത്. ദുഷിച്ചാൽ അതിന്റെ ദോഷം നമുക്കാണുണ്ടാവുക.'

ഭഗവദ്ഗീതയും വേദോപനിഷത്തുകളുമെല്ലാം വായിച്ചു മനസ്സിലാക്കുവാൻ കഴിഞ്ഞില്ലെങ്കിലും 'മഹാഭാരത'മെങ്കിലും ഉൾക്കൊള്ളാൻ ശ്രമിക്കുക. ജീവിത പരീക്ഷണങ്ങളെ നേരിടാൻ സജ്ജമാക്കുന്ന അതിനെ വെല്ലുവാൻ പോന്ന മറ്റൊരു മഹാഗ്രന്ഥവുമില്ല. ■

പ്രൊഫ. എ. ശ്രീധരമേനോൻ

(1925-2010)

തൃശ്ശൂരിൽ ജനനം. പ്രസിദ്ധ ചരിത്രകാരൻ, അധ്യാപകൻ, ഗവേഷകൻ, പ്രഭാഷകൻ, ഗ്രന്ഥകാരൻ. ഹാർവാർഡ് സർവകലാശാലയിൽ നിന്ന് രാഷ്ട്രമീമാംസയിൽ ഉന്നതബിരുദം. ദീർഘകാലം കോളേജ് അധ്യാപകനായിരുന്നു. പത്തോളം ചരിത്ര ഗ്രന്ഥങ്ങൾ മലയാളത്തിൽ; അത്രതന്നെ ഇംഗ്ലീഷിലും. കേരള ഗസറ്റിയേഴ്സിന്റെ സ്റ്റേറ്റ് എഡിറ്ററായിരുന്നു. കേരള സർവകലാശാല റജിസ്ട്രാറും.

അച്ഛനമ്മമാരുടെയും ഗുരുക്കന്മാരുടെയും
അനുഗ്രഹാശിസ്സുകൾ എന്റെ ജീവിതത്തെ
ധന്യമാക്കിയിട്ടുണ്ടെന്നു ഞാൻ വിശ്വസിക്കുന്നു.
ഗുരുത്വം എന്ന മൂന്നക്ഷരം എന്നെ സംബന്ധിച്ചിടത്തോളം
യാഥാർത്ഥ്യമാണെന്ന് എന്റെ ജീവിതാനുഭവങ്ങൾ
എന്നെ ബോദ്ധ്യപ്പെടുത്തുന്നു.
കഠിനപ്രയത്നം കൊണ്ടുമാത്രമേ സ്വയം
അഭിമാനിക്കത്തക്ക നേട്ടങ്ങൾ കൈവരിക്കാനാകൂ
എന്ന് വിദ്യാർത്ഥിജീവിതം മുതൽക്കുള്ള
എന്റെ അനുഭവങ്ങൾ എന്നെ പഠിപ്പിച്ചിട്ടുണ്ട്.

ഏതു കാര്യത്തിലായാലും സ്വന്തം മനസ്സാക്ഷിക്കനുസരിച്ച് ശരിയെന്നു തോന്നുന്ന നിലപാട് സ്വീകരിക്കുകയും നിർഭയം അഭിപ്രായം പ്രകടിപ്പിക്കുകയും വേണം. താൽകാലികമായി ഇത് ദോഷം ചെയ്തേക്കാമെങ്കിലും. ആത്യന്തികമായി ഗുണമേന്മ ചെയ്യൂ.

എഴുത്തുകാരൻ ഒരിക്കലും താൽകാലികലാഭത്തിനോ, അധികാരസ്ഥാനങ്ങളിലുള്ളവരുടെ പ്രീതി സമ്പാദിക്കുന്നതിനോ തന്റെ വ്യക്തിത്വമോ ആവിഷ്കാരസ്വാതന്ത്ര്യമോ അടിയറ വയ്ക്കരുത്.

ആത്മാർത്ഥമായി ചെയ്യുന്ന ജോലിക്ക് തക്ക പ്രതിഫലം ഉടനെ ലഭിച്ചില്ലെങ്കിലും, കാലക്രമേണ അർഹിക്കുന്ന അംഗീകാരം അതിനു ലഭിക്കാതിരിക്കുകയില്ല.

എന്റെ ജീവിതത്തെ സഫലമാക്കിയ എല്ലാ സംഭവങ്ങളുടെയും പിന്നിൽ അദൃശ്യമായ ഒരു അമാനുഷികശക്തി, അനുകൂലമായ സാഹചര്യങ്ങൾ ഒരുക്കിക്കൊണ്ട് പ്രവർത്തിച്ചിട്ടുള്ളതായി അനുഭവപ്പെട്ടിട്ടുണ്ട്.

ജീവിതത്തിന്റെ പരാജയങ്ങളും തിരിച്ചടികളും സ്വാഭാവികം മാത്രം. അവയെല്ലാം വെല്ലുവിളികളായി സ്വീകരിച്ച് നേട്ടങ്ങൾ കൈവരിക്കാനുള്ള സോപാനങ്ങളായി മാറ്റാനുള്ള മനക്കരുത്താർജ്ജിക്കണം.

പൊതുവെ പറഞ്ഞാൽ രാഷ്ട്രീയക്കാർ വിശ്വസിക്കാൻ കൊള്ളാത്തവരാണ്. അവിഹിതമായ രാഷ്ട്രീയ ഇടപെടൽ കാരണം, ഞാൻ പ്രതിഫലമൊന്നും വാങ്ങാതെ, ക്ലേശം സഹിച്ച്, തയ്യാറാക്കിയ ബൃഹത്തായ ഒരു ചരിത്രഗ്രന്ഥം വെളിച്ചം കാണാതെ പോയി. ഇതിൽ നിന്നു പഠിച്ച പാഠം മറ്റൊരു സൃഷ്ടിയെ രക്ഷപ്പെടുത്താൻ എന്നെ സഹായിച്ചു.

ആർക്കെങ്കിലും നന്മ ചെയ്യുമ്പോൾ - സ്വന്തം മക്കൾക്കാണെങ്കിലും - പ്രതിഫലമോ പ്രത്യുപകാരമോ പ്രതീക്ഷിക്കരുത്. സ്വന്തം കടമ നിർവഹിച്ചു എന്ന ചാരിതാർത്ഥ്യം തന്നെയാണ് ഏറ്റവും വലിയ പ്രതിഫലം.

ഓരോ പുരുഷന്റെയും വിജയത്തിനു പിന്നിൽ ഒരു സ്ത്രീ ഉണ്ടെന്ന ചൊല്ല് എന്നെ സംബന്ധിച്ചിടത്തോളം അക്ഷരാർത്ഥം ശരിയാണ്. ∎

എം. പ്രഭ

(1913-2005)

നിയമജ്ഞൻ, ഗ്രന്ഥകാരൻ. കേരള യുക്തിവാദിസംഘത്തിന്റെയും ഔദ്യോഗികഭാഷ (നിയമനിർമ്മാണ) കമ്മീഷന്റെയും മുൻ അദ്ധ്യക്ഷൻ. ഭരണഘടനകൾ, 'The Guru' തുടങ്ങിയവ പ്രധാന കൃതികൾ.

ജീവിതം എന്നെ പഠിപ്പിച്ചത് ലോകത്തിലെ ജീവികളിൽ ദുഷ്ടതയുള്ളത് മനുഷ്യനാണെന്നാണ്. അതുകൊണ്ട് സാമൂഹികവീക്ഷണമുള്ള ഓരോ വ്യക്തിയുടെയും പരമമായ കർത്തവ്യം ജനങ്ങളിൽ മാനവികതാബോധം വളർത്തുകയെന്നതാണ്. സ്വാർത്ഥത ജീവിതരംഗത്തു നേട്ടങ്ങളുണ്ടാക്കുന്നതിനു സഹായിക്കുന്നു എന്ന അവസ്ഥ നിലനിൽക്കുന്നതിനാൽ സുഹൃദ്ബന്ധങ്ങൾ അഭിനയങ്ങൾ മാത്രമായിരിക്കുന്നു.

മനുഷ്യനു വിഭാവനം ചെയ്യാവുന്ന ഏറ്റവും പാവനമായ ബന്ധം വിവാഹബന്ധമാണ്. എന്നാൽ ഇന്നത്തെ ലോകത്തിൽ സമ്പത്ത് ജീവിതലക്ഷ്യമായതോടെ വിവാഹം ഒരു കച്ചവടമാക്കി ദുഷിപ്പിച്ചിരിക്കുന്നു. സ്നേഹത്തിനു വിലയില്ല.

നമ്മുടെ ഇന്ത്യയിൽ രാഷ്ട്രീയം എന്നത് ജാതിമതാദികളിലൂടെ അധികാരം കൈയടക്കുന്നതു ജീവിതലക്ഷ്യമാക്കിയവരുടെ മൽസരവേദിയാക്കി ഉറപ്പിച്ചുകഴിഞ്ഞിരിക്കുന്നു. ഇവിടെ ഒരുകാലത്തും ജനാധിപത്യം വളരുകയില്ല.

ഭരണഘടന അനുശാസിക്കുന്ന ശാസ്ത്രീയ മനോഭാവവും മാനവികതയും അവയോടു ബന്ധപ്പെട്ട ഉന്നതമൂല്യങ്ങളും ജനഹൃദയങ്ങളിൽ രൂഢമൂലമാകാൻ സഹായിക്കുന്ന സാഹിത്യമാണ് ഇവിടെ ആവശ്യമായിരിക്കുന്നത്. അല്ലാതെ ധനസമ്പാദനം ലാക്കാക്കുന്ന സാഹിത്യകൃതികളല്ല.

സ്നേഹമാണഖിലസാരമൂഴിയിൽ എന്ന സനാതനസത്യം ഉൾക്കൊണ്ടുകൊണ്ട് ഇവിടെ, ജനങ്ങളിൽ, സ്നേഹത്തിന്റെ ദർശനം - എല്ലാ ദുഷ്ടമായ വിഭാഗീയതകൾക്കും അതീതമായി ഉളവാക്കി ഇവിടെ ഒരു സ്നേഹസാമ്രാജ്യം സൃഷ്ടിക്കേണ്ടിയിരിക്കുന്നു.

നമ്മുടെ രാഷ്ട്രം ആചാരമര്യാദകളുടെ കാര്യത്തിൽ ഇന്നും പ്രാകൃതാവസ്ഥയിലാണ്. തങ്ങളുടെ ആചാരമര്യാദകൾ മതജാതിപാരമ്പര്യത്തിന്റെ അനുശാസനത്തിൽ ആചന്ദ്രതാരം നിലനിറുത്താൻ മൽസരിക്കുന്നവരുടെ ഉഗ്രമായ സ്വാധീനം ഇവിടെ നിലനിന്നുപോരുന്നു.

യഥാർത്ഥമായ വിദ്യാഭ്യാസം ആദർശപൗരന്മാരെ സൃഷ്ടിക്കുന്നതാകണം. എന്നാൽ ഇവിടെ വിദ്യാഭ്യാസം ജാതിമതങ്ങളുടെ വളർച്ചയ്ക്ക് വൻകിട മുതലാളിമാരുടെയും ധനമോഹികളുടെയും സ്വാർത്ഥതയ്ക്കു കൂട്ടുനിൽക്കുന്ന സമ്പ്രദായമാക്കപ്പെട്ടിരിക്കുന്നു.

കലാബോധം സമുന്നതമായ സാംസ്കാരിക സമ്പത്തിന്റെ അവിഭാജ്യഘടകമാണ്. എന്നാൽ ഇവിടെ അതും സമ്പത്തുണ്ടാക്കുന്ന മാർഗ്ഗമാക്കപ്പെട്ടിരിക്കുന്നു.

എല്ലാത്തരത്തിലും ഉന്നതമായ സാംസ്കാരിക, മാനവികതാമൂല്യമുള്ള സമുന്നതരായ സ്ത്രീ പുരുഷൻമാരുടെ ഒരു ആദർശരാഷ്ട്രമാക്കി നമുക്കു ഭാരതത്തെ ശുചീകരിക്കണം. അതിനുതകുന്ന ഒരു സാംസ്കാരിക വിപ്ലവം ഉണ്ടാകണം. അതുണ്ടാക്കണം. ■

എസ്.എൽ.പുരം സദാനന്ദൻ

(1927-2005)

ആലപ്പുഴ ജില്ലയിൽ ജനനം. നാടക രചയിതാവ്, സംവിധായകൻ. പല ചലച്ചിത്രങ്ങൾക്കും തിരക്കഥകൾ രചിച്ചു. പ്രശസ്ത നാടക സമിതി 'സൂര്യസോമ'യുടെ സ്ഥാപകനും ഉടമസ്ഥനുമായിരുന്നു. ഒരു നോവൽ എഴുതിയിട്ടുണ്ട്. നാടകത്തിന് കേരളസാഹിത്യ അക്കാദമി അവാർഡുനേടി.

ഏതിനു വേണ്ടിയിട്ടായാലും അർഹതയില്ലാത്തവരെ ആദരിക്കുന്നത് ദേശീയ പാപമാണ്.

തന്നെ, തനിക്കു ബഹുമാനിക്കാൻ കഴിഞ്ഞാൽ മറ്റുള്ളവർക്ക് ഒരു ചുക്കും ചെയ്യാനാവില്ല.

കക്ഷി ഏതെന്നു നോക്കാതെ ശരിയുടെ മാത്രം പിന്നാലെ പോകുന്ന ശുദ്ധാത്മാക്കൾ രാഷ്ട്രീയത്തിൽ അൽപായുസ്സുകളാണ്.

മനസ്സ് വളരെയേറെ അസ്വസ്ഥമാകുമ്പോൾ എഴുതാൻ കഴിഞ്ഞാൽ നല്ല ഏകാഗ്രത കിട്ടും.

തിടുക്കത്തിൽ എന്തെങ്കിലും എഴുതി തീർക്കുവാനുള്ളപ്പോൾ ഏറ്റവും അടുപ്പമുള്ളവരോട് ഒന്ന് 'ഉടക്കി' നിൽക്കുന്നതു നല്ലതാണ്. ഭാര്യയോടും മക്കളോടുമായാൽ ഉത്തമം.

ഒന്നും തുടങ്ങിക്കിട്ടാൻ വേണ്ടി സമയം പാഴാക്കരുത്. നേരെ തുടങ്ങിയേക്കുക. പുറകേ വന്നുകൊള്ളും. ഉറപ്പ്.

പ്രസംഗത്തിലും പ്രവൃത്തിയിലും സംഭവിച്ചുപോയ പിഴവുകളുടെ പേരിൽ ആത്മപീഡനം നടത്താൻ തുടങ്ങിയാൽ ആത്മവീര്യം തന്നെ ക്രമേണ നഷ്ടപ്പെട്ടേക്കാം.

നാടകം എഴുതാൻ തുടങ്ങുമ്പോൾ തന്നെ അതു വിജയിച്ചു കഴിഞ്ഞുള്ള രംഗങ്ങൾ മനസ്സിൽ തെളിഞ്ഞുകൊണ്ടിരുന്നാൽ എഴുത്തിനു വേഗത കൂടും.

നാടകമെഴുതുമ്പോൾ അറിയാതെ വന്നുചേരുന്ന സമർപ്പണബുദ്ധിയും 'സർഗ്ഗസൗഖ്യവും' സിനിമയ്ക്കെഴുതുമ്പോൾ കിട്ടുകയില്ല.

എല്ലാവർക്കുമുണ്ട് ഓരോതരം പരാതികൾ. അതിനിടയിൽ നമ്മളും പരാതിയുമായിട്ടു ചെന്നാൽ ആരു ശ്രദ്ധിക്കാൻ? പണി ഭംഗിയായി ചെയ്തിട്ടു സ്ഥലം വിടാൻ നോക്കൂ. ■

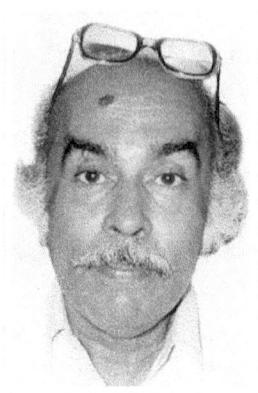

എം.പി. നാരായണപിള്ള

(1939-1998)

പെരുമ്പാവൂരിൽ ജനനം. സാഹിത്യകാരൻ, പത്രപ്രവർത്തകൻ. മലയാളത്തിലെ നവീന ചെറുകഥാപ്രസ്ഥാനത്തിന്റെ ഉപജ്ഞാതാക്കളിൽ പ്രധാനി. കൃഷിശാസ്ത്രത്തിൽ ബിരുദം. ഈസ്റ്റ് ജർമൻ കോൺസുലേറ്റിൽ ടെലിഫോൺ ഓപ്പറേറ്ററായും കേന്ദ്ര ആസൂത്രണ ക്കമ്മീഷനിൽ ഇക്കണോമിക് ഇൻവെസ്റ്റിഗേറ്ററായും ട്രയൽ (മലയാളം) വാരികയുടെ പത്രാധിപരായും സേവനമനുഷ്ഠിച്ചു. പരിണാമം എന്ന നോവലിന് ലഭിച്ച കേരള സാഹിത്യഅക്കാദമി അവാർഡ് നിരസിച്ചു. സമകാലിക പ്രശ്നങ്ങളെക്കുറിച്ചുള്ള പത്ര ലേഖനങ്ങൾ ശ്രദ്ധ നേടിക്കൊടുത്തു. മുരുകൻ എന്ന പാമ്പാട്ടി, അന്തിക്കൂട്ട്, എം.പി. നാരായണപിള്ളയുടെ കഥകൾ, മൂന്നാംകണ്ണ്, 56 സത്രഗലി എന്നിവ പ്രധാന കൃതികൾ.

ഈ വലിയ ലോകത്ത് ഞാൻ ആരുമല്ലെന്ന് മനസ്സിലായി.

ആരുമല്ലെന്ന് പൂർണ്ണബോദ്ധ്യമായപ്പോൾ സദാ അലമ്പുണ്ടാക്കിക്കൊണ്ടിരിക്കാനുള്ള മൗലികാവകാശം എനിക്കുകിട്ടി.

മറ്റുള്ളവരെ മാത്രമല്ല, അവനവനെയും വെറും കഥാപാത്രമായി കണ്ട് കൈകാര്യം ചെയ്യുക.

ഏറ്റവും പേടിക്കേണ്ടത് മനസ്സിന്റെ മലിനീകരണമാണ്. അതിനിടയാക്കുന്നത് മറ്റു മനുഷ്യരാണ്. ഏറ്റവും പേടിക്കേണ്ടതും അകറ്റി നിറുത്തേണ്ടതും നമ്മുടെ മനസ്സ് മലിനീകരിക്കാൻ ശ്രമിക്കുന്ന മനുഷ്യരെയാണ്.

ആരെയും നേതാവായോ ഗുരുവായോ അംഗീകരിക്കരുത്. ആരുടെയും നേതാവോ ഗുരുവോ ആകാൻ ശ്രമിക്കരുത്.

ഏതു നാടകത്തിനും ഒരു വില്ലൻ വേണം. കാലാകാലങ്ങളിൽ നറുക്കിട്ടെങ്കിലും ഒരാളെ ശത്രുവാക്കുന്നത് പായസത്തിലെ ഏലക്കായുടെ സുഖം തരും.

ശത്രുവിനെ സംഹരിക്കരുത്. ക്ഷമയോടെ കാത്തിരുന്ന്, തരം കിട്ടുമ്പോഴൊക്കെ സുഖിപ്പിച്ചും ദുഃഖിപ്പിച്ചും കറക്കിയും തിരിച്ചും അവനെ നമ്മുടെ അടിമയാക്കി യെടുക്കാൻ ശ്രമിക്കണം. ജീവിതം പിന്നെ ബോറടിക്കില്ല.

ഒന്നും മോഹിക്കരുത്. പണം മാത്രമല്ല; പ്രശസ്തി പോലും (ഈ സ്വഭാവം സ്വന്തം താൽപര്യം സംരക്ഷിക്കാ നാരെങ്കിലും ദുരുപയോഗപ്പെടുത്തിയാൽ, അതായത് എഴുതിയതിന്റെ കാശു തരാതിരുന്നാൽ, ടി തുകയുടെ ഇരട്ടി നഷ്ടം ആ ദുഷ്ടന് ഉണ്ടാക്കി വയ്ക്കണം)

കൊടുക്കുന്നതാണ് കിട്ടുന്നതിനെക്കാൾ സുഖം. അതേ സമയം യാചകൻ അർഹിക്കുന്ന ഭിക്ഷ വിഷം മാത്രമാണ്.

അവനവനെ ഒരിക്കലും ഗൗരവമായെടുക്കരുത്. ■

ഹൃദയകുമാരി
(1930-2014)

തിരുവനന്തപുരത്ത് ജനനം. ഇംഗ്ലീഷ് അദ്ധ്യാപിക, പ്രഭാഷക, ഗ്രന്ഥകർത്രി, വിദ്യാഭ്യാസ വിദഗ്ധ. വള്ളത്തോളിനെപ്പറ്റി ഇംഗ്ലീഷിൽ ഗ്രന്ഥം. കാൽപനികത എന്ന ഗ്രന്ഥം കേരള സാഹിത്യ അക്കാദമി അവാർഡ് നേടി. സോവിയറ്റ് കൾച്ചറൽ സൊസൈറ്റി അവാർഡും ലഭിച്ചു.

നല്ല പുസ്തകങ്ങളും നല്ല മിത്രങ്ങളുമാണ് ഏറ്റവും വലിയ ധനം.

സന്തോഷം തരുന്ന ചെറിയ കാര്യങ്ങൾ എപ്പോഴും നമുക്കു ചുറ്റുമുണ്ട്. അവയെ കണ്ടറിഞ്ഞ് സന്തോഷിക്കുന്ന ശീലം കുട്ടിക്കാലത്തുള്ളത് നഷ്ടപ്പെടാതെ സൂക്ഷിക്കണം. മനസ്സിന്റെ വളർച്ചയ്ക്കൊപ്പം അതും വളരണം.

വളരെ വിശദമായ പദ്ധതികളോ, ഭാവിയെ കീഴടക്കിക്കളയാമെന്ന വ്യാമോഹമോ ഇല്ലാതെ അയവുള്ള ഒരു ജീവിതസമീപനം മനശ്ശാന്തിക്ക് ഉപകരിക്കും.

ബാഹ്യമായ ആചാരോപചാരങ്ങൾ ആവശ്യമാണ്. അവയുടെ ഉള്ളടക്കമായി ആത്മാർത്ഥതയും ആദരവും അത്യാവശ്യവും.

എതിർക്കേണ്ടതിനെയും അകറ്റേണ്ടതിനെയും തിരിച്ചറിയുക. അനുരഞ്ജനവും സൗമനസ്യവും ഒരു പരിധിവരെ മതി.

വൈദ്യുതിയെ മെരുക്കിയെടുക്കാൻ ഉപകരണങ്ങൾ ആവശ്യമാണെന്നതു പോലെ ജീവിതമാകുന്ന ശക്തിപ്രവാഹത്തിനെ മെരുക്കിയെടുത്ത് അതിനൊരു രൂപം നൽകാൻ ശീലങ്ങളും ചട്ടങ്ങളും വിശ്വാസപ്രമാണങ്ങളും ആവശ്യമാണ്. രൂപമില്ലാത്ത വ്യക്തിത്വങ്ങളും അച്ചിൽ വാർത്ത വ്യക്തിത്വങ്ങളും ഒരു പോലെ ദുഃഖകരമാണ്. സ്വതന്ത്രവും രൂപഭദ്രതയുള്ളതുമായ വളർച്ചയ്ക്കുള്ള നിരന്തരശ്രമമാകട്ടെ ദൈനംദിന ജീവിതം.

ജീവിതം ഒരിക്കലും നമ്മുടെ പിടിയിൽ ഒതുങ്ങുന്നില്ല. 'എന്തുകൊണ്ട്?' എന്ന ചോദ്യം എത്രവട്ടം നമ്മൾ ചോദിക്കുന്നു. എത്രവട്ടം അതിന്റെ മാറ്റൊലി മാത്രം നമ്മൾ കേൾക്കുന്നു. അറിയേണ്ട കാര്യങ്ങൾ അറിയാതെ ജീവിച്ചുമരിക്കേണ്ടി വരുമെന്ന നിശിതസത്യത്തെ ഞാൻ സ്വീകരിക്കുന്നു.

എങ്കിലും പേടി തോന്നുന്നില്ല. തെളിവൊന്നും കിട്ടിയില്ലെങ്കിലും ജന്മജന്മാന്തരങ്ങളിൽ വിശ്വസിക്കുന്നതുകൊണ്ടും അഭയമുണ്ടെന്ന് വിശ്വസിക്കുന്നതുകൊണ്ടും. ∎

സമ്പാ: ടി.എൻ. ജയചന്ദ്രൻ

എം.എൻ. പ്രസാദ്

(1932-2013)

റെയിൽവേ ബോർഡ് മുൻ ചെയർമാൻ. മുപ്പത്തിയെട്ടു വർഷത്തെ സേവനത്തിനുശേഷം സർവീസിൽ നിന്നു വിരമിച്ചു. റോഡുസുരക്ഷയും, ജന്തുക്ഷേമവുമാണ് പ്രധാനകർമ്മ രംഗങ്ങൾ. തിരുവനന്തപുരത്തെ 'കേരള വാച്ചി'ന്റെ കൺവീനർ, ട്രാൻസ്പറൻസി ഇന്റർനാഷണൽ എന്ന ആഗോള സംഘടന യുടെ കേരള ഘടകത്തിന്റെ ട്രഷറർ എന്നീ നിലകളിൽ സേവന മനുഷ്ഠിച്ചിട്ടുണ്ട്.

അഖിലേന്ത്യാ സർവീസിൽ നിന്നുള്ള മഹത്തായ നേട്ടം ഈ രാജ്യത്തെയും, ജാതി, മതം, ഭാഷ, സംസ്കാരം എന്നിവയിൽ വിഭിന്നരായ എല്ലാ ജനങ്ങളുടെയും ഒന്നായി കാണുവാനും അറിയുവാനും കഴിഞ്ഞു എന്നതാണ്.

ഓരോ പ്രദേശത്തേയും ജനങ്ങൾക്ക് അവർ ആഗ്രഹിക്കുന്നതരം സർക്കാരുകളാണു ലഭിക്കുക എന്നതുപോലെതന്നെ, സർക്കാർ ജീവനക്കാരുടെ പ്രവർത്തന നിലവാരവും ജനങ്ങളോടുള്ള മനോഭാവവും അതതു സമൂഹങ്ങളിലെ മൂല്യബോധവും സാംസ്കാരവും അനുസരിച്ചിരിക്കും.

സർക്കാരുദ്യോഗസ്ഥർ സാധാരണ ജനങ്ങളിൽ ഏറ്റവും പാവപ്പെട്ടവരോടുപോലും വിനയത്തോടും സഹാനുഭൂതിയോടുംകൂടി പെരുമാറാൻ ബാധ്യസ്ഥരാണ്.

സർക്കാർ വകുപ്പുകളിലും പൊതുമേഖലാസ്ഥാപനങ്ങളിലും ഏറ്റവും താഴ്ന്ന തസ്തികകളിലുള്ളവരുപോലും പറ്റുന്ന വേതനം ഈ രാജ്യത്തെ ഒരു ശരാശരി പൗരന്റെ വരുമാനത്തേക്കാൾ എത്രയോ അധികമാണ്. ശമ്പളവർദ്ധനവിനുവേണ്ടി അടിക്കടി സമരം നടത്തുന്നവർ ഇക്കാര്യം ഓർക്കേണ്ടതാണ്.

ഔദ്യോഗികജീവിതത്തിൽ സൽപേരും ആദരവും ലഭിക്കണമെങ്കിൽ കാര്യക്ഷമതയോടൊപ്പം സ്വഭാവശുദ്ധിയും ഉണ്ടായിരിക്കണം. അതു കാത്തു സൂക്ഷിച്ചാൽ സ്വയം ഒരു രക്ഷാകവചമാകും. കളഞ്ഞുകുളിച്ചാൽ വീണ്ടെടുക്കാൻ പ്രയാസമാണ്.

സർവീസിൽ പുതുതായി പ്രവേശിക്കുന്നവർക്കു വേണ്ട മാർഗ്ഗനിർദ്ദേശങ്ങളും സഹായവും നൽകുക മുതിർന്നവരുടെ കടമയാണ്. അതുവഴി നല്ല ഒരു കീഴ്‌വഴക്കം സൃഷ്ടിക്കപ്പെടുകയും സ്ഥാപനത്തിന്റെ പ്രതിച്ഛായ ഉയരുകയും ചെയ്യും.

സ്ഥലംമാറ്റം, ഉദ്യോഗക്കയറ്റം മുതലായവ വരുന്ന മുറയ്ക്കു സ്വീകരിക്കുകയാണുത്തമം. ശുപാർശ, മറ്റു ബാഹ്യ സമ്മർദ്ദങ്ങൾ എന്നിവയെ ആശ്രയിച്ചാൽ പല വിധേയത്വങ്ങളും (obligations) ഉണ്ടാകുന്നതിനു പുറമെ സ്വന്തം പ്രതിച്ഛായയ്ക്കു മങ്ങലേൽക്കുകയും ചെയ്യും.

വ്യക്തിപരമായി എല്ലാവരോടും സൗഹൃദം പുലർത്താൻ പരമാവധി ശ്രമിക്കേണ്ടതാണ്. അതിനുകഴിഞ്ഞാൽ നമുക്കു ലഭ്യമാകുന്ന മനഃസമാധാനം തികച്ചും ധന്യമാണ്.

അവരവർ സ്വയം ചെയ്യേണ്ടതായ ഏതൊരു വിഷമമേറിയ ജോലിയും ചെയ്തുതീർക്കാൻ ഏറ്റവും എളുപ്പവഴി അതു ചെയ്തു തുടങ്ങുക എന്നതാണ്. അല്ലാത്തപക്ഷം 'നാളെ നാളെ, നീളെ നീളെ' എന്നാകും ഭവിക്കുക.

പി. ഗോവിന്ദപ്പിള്ള

(1932-2012)

പെരുമ്പാവൂരിൽ ജനനം. എഴുത്തുകാരൻ, ബുദ്ധിജീവി, സാഹിത്യ വിമർശകൻ, പ്രാസംഗികൻ, പത്രപ്രവർത്തകൻ. കേരളത്തിലെ ഇടതുപക്ഷത്തിന്റെ സജീവ സഹചാരി. വിദ്യാർത്ഥിയായിരിക്കേ രാഷ്ട്രീയ പ്രവർത്തനം നടത്തിയതിന് തടവുശിക്ഷ അനുഭവിച്ചു. മൂന്നു തവണ നിയമസഭയിലേക്ക് തിരഞ്ഞെടുക്കപ്പെട്ടു. ന്യൂ ഏജ്, ദേശാഭിമാനി എന്നീ പത്രങ്ങളുടെ പത്രാധിപരായിരുന്നു. ദർശനം, സാമ്പത്തികരംഗം എന്നിവ പ്രിയ വിഷയങ്ങൾ. നോവലും രചിച്ചിട്ടുണ്ട്. കാട്ടുകടന്നൽ, ഭൂതകാലവും മുൻവിധിയും, ഇസങ്ങൾക്കിപ്പുറം, മാർക്സിസ്റ്റ് സൗന്ദര്യശാസ്ത്രം: ഉത്ഭവവും വളർച്ചയും, മാർക്സും മൂലധനവും എന്നിവ പ്രധാന കൃതികൾ. സംസ്ഥാന ചലച്ചിത്ര വികസന കോർപറേഷൻ ചെയർമാനായിരുന്നു.

'പ്രയോജനമനുദ്ദിശ്യ ന മന്ദോപിപ്രവർത്തതേ' എന്ന സാമാന്യബോധത്തിനു നിരക്കുന്ന ആപ്തവാക്യം നമ്മുടെ പൈതൃകത്തിലുണ്ടെങ്കിലും അത്രതന്നെ നിരക്കാത്ത ഗീതാവചനമാണ് കൂടുതൽ തൃപ്തി നൽകുന്നത്: കർമണ്യേവാ/ധികാരസ്തെ നാഫലേഷുകദാചന:

ജനാധിപത്യത്തിന് പോരായ്മകൾ അനവധിയാണെങ്കിലും അതിന്റെ സൗകര്യമുപയോഗിച്ച് വർഗീയത മുതൽ ഫാസിസം വരെ ജനാധിപത്യ നിഷേധത്തിനുപോലും അധികാരത്തിൽ വരാമെങ്കിലും അതിനേക്കാൾ മെച്ചപ്പെട്ട ഒരു സംവിധാനം അചിന്ത്യം.

അനാഥരും അഗതികളും ആഹാരത്തിനായി കേഴുന്ന കുഞ്ഞുങ്ങളും ഉള്ള ലോകം സ്വതന്ത്രമോ സംതൃപ്തിജനകമോ അല്ല.

കർത്തവ്യബോധത്താൽ പ്രചോദിതമാകാത്ത അവകാശബോധം വ്യർത്ഥം.

പുസ്തകം കൂട്ടിനുണ്ടെങ്കിൽ വ്യർത്ഥതാബോധവും 'ബോർഡ്'വും അയലത്തുപോലും എത്തില്ല.

നിരന്തരമായ ശ്രാവ്യഗ്രാഹ്യ പ്രക്രിയയിലൂടെ മാത്രമേ ശരീരത്തിനെന്ന പോലെ മനസ്സിനും ജീവിക്കാനൊക്കൂ.

നിരന്തരമായി നാം പോഷകാഹാരം കഴിക്കുന്നതുപോലെ നിരന്തരമായി പുതിയ അനുഭവങ്ങളും ആശയങ്ങളും ഉൾക്കൊള്ളണം. അല്ലെങ്കിൽ ശരീരത്തിനെന്നപോലെ മനസ്സിനും മരണം നിശ്ചയം. പോഷകാഹാരം കഴിക്കണമെങ്കിൽ മല-മൂത്ര-സ്വേദ വിസർജനം ആവശ്യമായതുപോലെ പുതിയ ആശയങ്ങൾ സ്വീകരിക്കണമെങ്കിൽ കാലഹരണപ്പെട്ടവ തിരസ്കരിക്കാൻ കഴിവും മനസ്സും വേണം.

സ്വപ്രത്യയസ്ഥൈര്യം അഭിനന്ദനീയമെങ്കിലും അഭിപ്രായം ഇരുമ്പുലക്കയല്ലെന്ന സി.വി. കുഞ്ഞിരാമന്റെ നിലപാടിലും ചില മേന്മകളുണ്ട്. ■

കെ. സുരേന്ദ്രൻ

(1922-1997)

കൊല്ലം ജില്ലയിലെ ഓച്ചിറയിൽ ജനനം. നോവലിസ്റ്റ്, ഉപന്യാസ കാരൻ, നാടകകൃത്ത്. ഇലക്ട്രിക്കൽ എൻജിനീയറിംഗിൽ ഡിപ്ലോമ നേടിയെങ്കിലും സാഹിത്യരംഗത്ത് ശ്രദ്ധ പതിപ്പിച്ചു. കാട്ടുകുരങ്ങ്, ക്ഷണപ്രഭാചഞ്ചലം, ഭിക്ഷാംദേഹി, പതാക, ഗുരു തുടങ്ങി പത്തോളം നോവലുകളുടെയും ബലി, അനശ്വര മനുഷ്യൻ തുടങ്ങി അഞ്ചോളം നാടകങ്ങളുടെയും രചയിതാവ്. ഇവ കൂടാതെ ടോൾസ്റ്റോയി യുടെയും ദസ്തയേവ്സ്കിയുടെയും ജീവചരിത്രങ്ങൾ വഴി അവരെ മലയാളത്തിനു പരിചയപ്പെടുത്തി. വയലാർ അവാർഡ്, കേരള സാഹിത്യ അക്കാദമി അവാർഡ് എന്നിവ ലഭിച്ചിട്ടുണ്ട്.

ജനിച്ചവരെല്ലാം ജീവിച്ചു. ഞാനും ജീവിച്ചു.

കോലാഹലാകുലമായ ഒരു പ്രവാഹമാണ് എനിക്കു ജീവിതം.

ജീവിതത്തിന്റെ നിയമങ്ങളെ കീഴ്പ്പെടുത്തി ഭൂതം, ഭാവി, വർത്തമാനകാലങ്ങൾ കീഴടക്കുന്നതിലാണു വിജയം. ഞാൻ അങ്ങനെ വിജയിച്ചതായി കരുതുന്നില്ല.

ജീവിതത്തെ മറ്റുള്ളവർക്കു പരിചയപ്പെടുത്തിക്കൊടുക്കുന്നതായിരുന്നു എന്റെ തൊഴിൽ. ഒട്ടൊക്കെ കഴിഞ്ഞു എന്നുമാത്രം.

ഞാൻ പണക്കാരനല്ല. സമുദായത്തിൽ പ്രത്യേകിച്ച് സ്ഥാനമാനം നേടിയവനല്ല. എന്നാലും ഒരു പരാജിതനായി എന്നെ ഞാൻ കാണുന്നില്ല.

ജീവിതത്തെക്കുറിച്ച് ഞാൻ പറഞ്ഞുകൂട്ടിയതിന്റെ സാരം എന്റെ പുസ്തകങ്ങളിൽ ഉണ്ട്. അവ ചുരുക്കി പറയാവുന്നിടത്തോളം പറഞ്ഞിട്ടുണ്ട്.

ജീവിതത്തെക്കുറിച്ചുള്ള എന്റെ അഭിപ്രായം മഹാനായ ദസ്തയേവ്സ്കിയുടെ ഒരു വാചകം ഞാൻ കടമെടുത്തു പറയാം. 'Submit, proud man' 'അഹംഭാവിയായ ഹേ, മനുഷ്യാ. വിനയപൂർവ്വം തല കുനിക്കുക.'

മനഃസാക്ഷിയാണ് എന്റെ ദൈവം.
മനഃസാക്ഷിയെ തൃപ്തിപ്പെടുത്തിക്കൊണ്ടു ജീവിക്കുക. ∎

പവനൻ
(1926-2006)

കണ്ണൂരിലെ തലശ്ശേരിയിൽ ജനനം. എഴുത്തുകാരൻ, പത്ര പ്രവർത്തകൻ, യുക്തിവാദി. തലശ്ശേരിയിൽ ജനനം. പട്ടാള സേവനത്തിനുശേഷം ദേശാഭിമാനി, നവയുഗം തുടങ്ങി പ്രമുഖ പത്രങ്ങളിൽ ലേഖകനായും പത്രാധിപരായും ജോലി ചെയ്തു. പുരോഗമന സാഹിത്യ സമിതി, കേരള ജേർണലിസ്റ്റ് യൂണിയൻ, കേരള സാഹിത്യ സംഗീത-നാടക അക്കാദമി എന്നിവയിൽ അംഗമായിരുന്നു. പതിനൊന്ന് വർഷം കേരള സാഹിത്യ അക്കാദമിയുടെ സെക്രട്ടറിയുമായിരുന്നു. യുക്തിവിചാരം, വൃത്താന്തത്തിലെ ജീവിതം, പ്രേമവും വിവാഹവും ഉൾപ്പെടെ മുപ്പതോളം കൃതികൾ. സോവിയറ്റ് ലാന്റ് നെഹ്റു അവാർഡ് ലഭിച്ചിട്ടുണ്ട്.

ഏറ്റെടുക്കുന്ന ജോലി എന്തായാലും അതിനോട് താൽപര്യം കാണിച്ചാൽ അതൊരു ഭാരമാവുകയില്ല.

പ്രതിഫലം പ്രധാനമായി കരുതിക്കൊണ്ട് ജോലിയെ സമീപിക്കുന്നവർ അവധി ദിവസങ്ങൾക്കുവേണ്ടി കാത്തിരിക്കുന്നവരായിരിക്കും.

ദാമ്പത്യം വിജയിക്കുന്നത് പരസ്പരം വിട്ടുവീഴ്ച കാണിക്കുന്നതുവഴിയാണ്. ഒരിക്കലും കലഹിച്ചിട്ടില്ല എന്നു പറയുന്ന ഭാര്യാഭർത്താക്കന്മാരിൽ ആരെങ്കിലും ഒരാൾ അടിമത്തബോധം ഉള്ള ആളായിരിക്കും.

മനസ്സ് വലുതാക്കാനും അറിവിന്റെ ആഴം കൂട്ടുവാനും പുസ്തകവായന പോലെ സഹായിക്കുന്ന മറ്റൊന്നുമില്ല.

ഒറ്റയ്ക്കായാലും സ്വാഭിപ്രായം പ്രകടിപ്പിക്കുന്നവർക്കേ വ്യക്തിത്വ പ്രത്യേകതയുണ്ടാവുകയുള്ളു.

അവശരെ സഹായിക്കണം; പക്ഷെ അത് പറഞ്ഞു നടക്കരുത്; അതിന് പ്രതിഫലം വാങ്ങിക്കുകയുമരുത്.

പഠിച്ചുണ്ടാകുന്ന അറിവ് ആവശ്യമാണെങ്കിലും അനുഭവങ്ങൾ നൽകുന്ന അറിവിന്റെ ഊഷ്മളതയും സ്ഥായീഭാവവും ഒന്നു വേറെത്തന്നെയാണ്.

സാഹസികമായി ചിന്തിക്കുകയും പ്രവർത്തിക്കുകയും ചെയ്യുന്നവർക്കുമാത്രമേ പ്രതീക്ഷിക്കാത്ത നേട്ടങ്ങളുണ്ടാക്കാൻ കഴിയൂ.

വിമർശനം ആരെക്കുറിച്ചുമാവാം; പക്ഷേ, വ്യക്തിപരമായ വിരോധമോ സ്വാർത്ഥതയോ അതിന്റെ പിന്നിലുണ്ടായിക്കൂടാ.

നിത്യജീവിതത്തിൽ തനിക്ക് തന്നെ ചെയ്യാവുന്നത് മറ്റൊരാളെക്കൊണ്ട് ചെയ്യിക്കുന്നത് അടിമത്തം വിലയ്ക്കുവാങ്ങലാണ്.

നാളെ എന്തു ചെയ്യും എന്ന് ഉത്കണ്ഠപ്പെടുന്നതിനേക്കാൾ എത്രയോ നല്ലത് ഇന്ന് ചെയ്യാവുന്നത് ചെയ്യുകയും 'നാളെ വരുമ്പോലെ വരട്ടെ, എന്തു വന്നാലും നേരിടാം', എന്ന ഉറപ്പോടുകൂടി ജീവിക്കുകയുമാണ്. ■

ഭരത് ഗോപി

(1937-2008)

ചിറയിൻകീഴ് ജനനം. പൂർണനാമം വി.ഗോപിനാഥൻ നായർ. നടൻ, എഴുത്തുകാരൻ, നാടക രചയിതാവ്, ഭരത് അവാർഡ് ജേതാവ്. വൈദ്യുതി ബോർഡിൽ ഉദ്യോഗസ്ഥനായിരുന്നു. പിന്നീട് അരങ്ങിലേക്ക് തിരിഞ്ഞു. നാടകരംഗത്തും ചലച്ചിത്രരംഗത്തും സജീവമായിരുന്നു. മണി കൗളിന്റെയും ഗോവിന്ദ് നിഹ്ലാനിയുടേയും ഹിന്ദി സിനിമകളിൽ അഭിനയിച്ചിട്ടുണ്ട്. കൊടിയേറ്റം, യവനിക, കള്ളൻ പവിത്രൻ, ചിദംബരം എന്നീ ചിത്രങ്ങളിൽ ശ്രദ്ധേയമായ അഭിനയ പാടവം കാഴ്ച വെച്ചു. അഞ്ചു നാടകങ്ങൾ രചിച്ചിട്ടുണ്ട്. ഞാറ്റടി, ഉൽസവപ്പിറ്റേന്ന് എന്നീ ചിത്രങ്ങൾ സംവിധാനം ചെയ്തു. രണ്ടു തവണ മികച്ച നടനുള്ള സംസ്ഥാന അവാർഡ് നേടി. പത്മശ്രീ ബഹുമതിയ്ക്ക് അർഹനായി.

മിത്രങ്ങളേക്കാൾ അല്ലാത്തവരധികം.

ജനിക്കുമ്പോൾ സ്വത്തായിക്കിട്ടുന്ന
നിഷ്കളങ്കത വളരുന്തോറും നഷ്ടമാവുന്നു.

അച്ചടക്കം, അർപ്പണബോധം, ആത്മാർത്ഥത,
സ്നേഹം, സാഹോദര്യം, സഹകരണം എല്ലാം മിഥ്യ.

ജീവിതയാത്രയുടെ നിയന്ത്രണം വിധിയിലാണ്.

ആത്മീയസൗന്ദര്യമാണ് വിശ്വസൗന്ദര്യം.

ആത്മീയലക്ഷ്യമില്ലാത്ത ജീവിതയാത്ര അർത്ഥശൂന്യം.

ഭൗതികജീവിതത്തിന് നിസ്വാർത്ഥത അപകടം.

ഒരു ഭരണഘടനയ്ക്കും ഭാരതജനതയ്ക്ക് ഭൗതികമായ
സ്ഥിതിസമത്വം സമ്മാനിക്കുവാനാവില്ല.

നഷ്ടബോധം ജീവിതത്തെ തകരാറിലാക്കും.

ജീവിച്ചിരിക്കുക ഏറ്റവും രസകരമായ ഫലിതമാണ്. ∎

ടി.വി. കൊച്ചുബാവ

(1955-1999)

തൃശൂർ ജില്ലയിലെ കാട്ടൂരിൽ ജനനം. കഥാകൃത്ത്, നോവലിസ്റ്റ്. സമകാലീന ജീവിത യാഥാർത്ഥ്യങ്ങളെ ആധുനിക രചന സങ്കേതത്തിൽ ആവിഷ്കരിക്കുന്നതിലൂടെ പ്രശസ്തനായി. കുറെ കാലം ഷാർജയിൽ ജോലി നോക്കി. പിന്നീട് ഗൾഫ് വോയ്സ് പത്രാധിപരായി. കേരള സാഹിത്യ അക്കാദമി അവാർഡ്, ചെറുകാട് അവാർഡ്, അങ്കണം അവാർഡ് എന്നിവ ലഭിച്ചു. സൂചിക്കുഴയിൽ ഒരു യാക്കോബ്, ഇറച്ചിയും കുന്തിരിക്കവും, വൃദ്ധസദനം, പെരുങ്കളിയാട്ടം എന്നിവയാണ് പ്രധാന കൃതികൾ.

ഇന്നലെ വരെ ആരോ ജീവിച്ച ജീവിതത്തിന്റെ ഒരു തുടർച്ചയാണ് എന്റേതെന്ന്. കാര്യങ്ങളെല്ലാം നമ്മളറിയാതെ സംഭവിച്ചുപോകുകയാണ്. അവയിൽ ചിലത് നമുക്കും മറ്റുള്ളവർക്കും നല്ലതായിത്തീരുന്നുവെങ്കിൽ യാദൃച്ഛികതയും ഭാഗ്യംകൊണ്ടും മാത്രമാണ്.

അകന്ന് നിശ്ശബ്ദനായി നിൽക്കുക, പിന്നറ്റത്ത് പോയി ഇരിക്കുക. അരങ്ങിലെ കളികൾ കാണുക - ആരോഗ്യത്തിനും ചിരിക്കും അതുമതി.

ഇരയായിത്തീരുമ്പോഴും ആരോടും പരാതിയോ പരിഭവമോ തോന്നേണ്ടതില്ല. നമ്മളെ തട്ടിക്കളിക്കുന്നതിലൂടെ വേറൊരാൾക്ക് സന്തോഷം കിട്ടുന്നുവെങ്കിൽ അതങ്ങ് പ്രോത്സാഹിപ്പിച്ചേക്കുക. മറ്റുള്ളവർ നമ്മളെ മനസ്സിലാക്കുമെന്ന പ്രതീക്ഷയേ വേണ്ട. പാവപ്പെട്ട ഒരു ജീവിതം വല്ലപാടും ജീവിച്ചുതീർക്കുകയാണെല്ലാവരും. ജനിച്ചുവീഴുമ്പോഴേ അവനവൻ അവനവനോട് സ്വന്തം ജാതകവിധി പൂർത്തിയാക്കാനുള്ള ഒരു രഹസ്യകരാറിലേർപ്പെടുന്നുണ്ട്.

എപ്പോഴും പുഞ്ചിരി പൊഴിക്കുന്ന മുഖവുമായി ജനിച്ച് (വരുംജന്മത്തിൽ) ലോകത്തെ പറ്റിക്കാൻ കഴിയണേ എന്നാണ് പ്രാർത്ഥന.

നമ്മളെ തെറ്റിദ്ധരിക്കുന്നവരെയെല്ലാം തിരുത്താനാവില്ല. സ്വയം ഒരു നീതിയിൽ മുമ്പോട്ടു പോകുക. 'എന്തിനാണ് ചങ്ങാതി പിന്നെ ഇങ്ങനെ ഉപദ്രവിക്കുന്നത്, ഞാൻ താങ്കൾക്ക് ഒരുപകാരം ചെയ്തിട്ടില്ലല്ലോ' എന്നതാകുന്നു പുതിയ നിയമം.

നമ്മുടെ ചെറിയ കുറവുകളിൽപോലും അമിതമായി ഉപദേശിക്കുന്നവനെ സൂക്ഷിക്കുക; അവൻ നമ്മുടെ വീഴ്ചകളിൽ ആനന്ദിക്കുന്നവനാണ്.

മീനുകൾ പ്രാർത്ഥിക്കുന്നു: ഇന്ന് ഞങ്ങളുടെ കണ്ണുകെട്ടിച്ച് വലയിലാക്കരുതേ. വലക്കാർ പ്രതീക്ഷിക്കുന്നു. ഇന്ന് ധാരാളം മീനുകളെ തന്ന് രക്ഷിക്കേണമേ. ദൈവം എപ്പോഴും ധർമ്മസങ്കടത്തിലാണ്. പിന്നെ മനുഷ്യന്റെ കാര്യം പറയണോ?

രോഗിയാവുന്നതോടെ എല്ലാം തീർന്നു. സ്വന്തം അസുഖങ്ങളെപ്പറ്റി വേറൊരാളെ ബോദ്ധ്യപ്പെടുത്തേണ്ടി വരുന്ന അവസ്ഥയോളം ദയനീയമായി മറ്റൊന്നില്ല. ∎

സമ്പാ: ടി.എൻ. ജയചന്ദ്രൻ

എം.ടി. വാസുദേവൻ നായർ

(1933-)

പാലക്കാടു ജില്ലയിലെ കൂടല്ലൂരിൽ ജനനം. നോവലിസ്റ്റ്, ചെറുകഥാ കൃത്ത്, തിരക്കഥാകൃത്ത്, സംവിധായകൻ. ചെറുകഥയിലും നോവ ലിലും തനതും മൗലികവുമായ മാർഗ്ഗം തുറന്നു. യാഥാർത്ഥ്യത്തിൽ നിന്ന് ആധുനികതയിലേക്കുള്ള പരിവർത്തനഘട്ടത്തിന്റെ മാതൃക കളാണ് എം.ടിയുടെ രചനകൾ. മാതൃഭൂമി ആഴ്ചപ്പതിപ്പിന്റെയും പീര്യോഡിക്കൽസിന്റെയും ചീഫ് എഡിറ്റർ ആയിരുന്നു. അനേകം ചലച്ചിത്രങ്ങൾക്ക് തിരക്കഥയെഴുതി. ഇതിൽ പലതിനും ദേശീയ അവാർഡ് ലഭിച്ചിട്ടുണ്ട്. വയലാർ അവാർഡ്, കേന്ദ്ര സാഹിത്യ അക്കാദമി അവാർഡ്, കേരള സാഹിത്യ അക്കാദമി അവാർഡ് എന്നിവ ലഭിച്ചിട്ടുണ്ട്. നിന്റെ ഓർമയ്ക്ക്, അസുരവിത്ത്, നാലുകെട്ട്, രണ്ടാമൂഴം, പാതിരാവും പകൽവെളിച്ചവും, വിലാപയാത്ര, ഏകാകികളുടെ ശബ്ദം, കണ്ണാന്തളിപ്പൂക്കളുടെ കാലം, വാരണാസി എന്നിവയാണ് പ്രമുഖ കൃതികൾ. ഇപ്പോൾ തുഞ്ചൻ സ്മാരക സമിതി അദ്ധ്യക്ഷൻ.

ക്രൂരതകളും തിക്തതകളും
ജീവിതം പല വഴിത്തിരിവുകളിൽ നിന്നും
വെച്ചു നീട്ടുന്നു.
ആദ്യമൊക്കെ അസ്വസ്ഥതയും
ഭീതിയും തോന്നിയിരുന്നു.
പിന്നെ ഒരു സത്യം,
എന്നെ ജീവിതം പഠിപ്പിച്ചു.
അപ്രതീക്ഷിതമായി
ചില നിഴൽപ്പാടുകളിൽ നിന്നും
കരുണയും സ്നേഹവും
ചില അദൃശ്യകരങ്ങൾ നീട്ടുന്നുമുണ്ട്.
അപ്പോൾ നേരത്തെ ഏറ്റുവാങ്ങിയ
ക്രൂരതകൾ അഗണ്യമായിത്തീരുന്നു.
തിരിഞ്ഞുനോക്കുമ്പോൾ ജീവിതം
എനിക്ക് നൽകിയ
പ്രധാന പാഠം ഇതുതന്നെ.   ∎

ഡോ. പി.കെ. വാരിയർ

(1921-)

മലപ്പുറം ജില്ലയിലെ കോട്ടയ്ക്കലിൽ 1921ൽ ജനനം. കോട്ടയ്ക്കൽ ആര്യവൈദ്യശാലയുടെ മാനേജിങ് ട്രസ്റ്റിയും ചീഫ് ഫിസിഷ്യനും. ആയുർവേദ ചികിത്സാവിദഗ്ധൻ. ലോകപ്രശസ്തനായ ചികിത്സാ നിപുണൻ. ആയുർവേദശാലയിൽ നിന്ന് ആര്യവൈദ്യൻ ബിരുദം നേടി. 1945 മുതൽ ട്രസ്റ്റിൽ അംഗം. 1947ൽ ഫാക്ടറിയുടെ മാനേജ രായി. ഔഷധങ്ങളുടെ ഗുണമേൻമയുടെ കാര്യത്തിൽ വിട്ടുവീഴ്ച യില്ലാത്ത നിലപാട്. കാലിക്കറ്റ് സർവ്വകലാശാലയിൽനിന്ന് ഡി.ലിറ്റ്. ബിരുദം ലഭിച്ചു. പത്മശ്രീ ബഹുമതിക്ക് അർഹനായി. തെരഞ്ഞെ ടുത്ത പ്രബന്ധങ്ങളും പ്രഭാഷണങ്ങളും പാദമുദ്രകൾ എന്ന ഗ്രന്ഥ ത്തിൽ ഉൾക്കൊള്ളിച്ചിട്ടുണ്ട്.

ഏതു ഉത്തരവാദിത്വവും, എത്രതന്നെ
ഭാരിച്ചതായാലും ഒരു നിയോഗംപോലെ
ഏറ്റെടുത്തു നടത്തണം.

തനിക്കുവേണ്ടിയല്ല മറ്റുള്ളവർക്കുവേണ്ടിയാണ്
താൻ ജീവിക്കുന്നതെന്ന യാഥാർത്ഥ്യം
കൂടെക്കൂടെ ഓർക്കുന്നത് നന്ന്.

വലിയവനെന്നും ചെറിയവനെന്നും ഉള്ള വ്യത്യാസം
തന്റെ പ്രവൃത്തികളിലോ മനസ്സിൽതന്നെയോ ഉണ്ടാകരുത്.

അഭിപ്രായ സമന്വയത്തിലൂടെയാകണം
പൊതുസ്വഭാവുമുള്ള കാര്യങ്ങളിൽ തീരുമാനമെടുക്കേണ്ടത്.
ഒരു വ്യക്തിയും എല്ലാം തികഞ്ഞവനല്ല.

സ്വഭാവദൂഷ്യമുള്ളവരിലും ചില നല്ല കാര്യങ്ങൾ കാണും;
അതു കണ്ടില്ലെന്നു നടിക്കരുത്.

ലളിതജീവിതവും ഉയർന്ന ചിന്തയും
മറ്റെന്തിനെക്കാളും മാനസികസുഖം തരുന്നു.

ഓരോ കേസു നോക്കിക്കഴിയുമ്പോഴും
താനൊന്നും പഠിച്ചിട്ടില്ലെന്നും ഇനിയും
പഠിക്കേണ്ടിയിരിക്കുന്നുവെന്നും തോന്നിപ്പോകുന്നു.

മറ്റുള്ളവരുടെ വേദന അൽപമെങ്കിലും
അകറ്റാൻ കഴിഞ്ഞാൽ അതു നൽകുന്ന
ആനന്ദം അളവറ്റതാണ്.

വിവിധ വൈദ്യസമ്പ്രദായങ്ങളെ
കൂട്ടിയിണക്കിക്കൊണ്ടുള്ളതായിരിക്കണം
ദേശീയ ആരോഗ്യപദ്ധതി.

ഒ.എൻ.വി. കുറുപ്പ്

(1931-)

കൊല്ലം ജില്ലയിലെ ചവറയിൽ ജനനം. കവി, ഗാനരചയിതാവ്, അധ്യാപകൻ. വിവിധ കലാലയങ്ങളിൽ മലയാളം അധ്യാപകനായും കാലിക്കറ്റ് സർവ്വകലാശാലയിലെ വിസിറ്റിങ് അധ്യാപകനായും സേവനമനുഷ്ഠിച്ചു. കേന്ദ്ര സാഹിത്യ അക്കാദമി, കേരള സാഹിത്യ അക്കാദമി, കേരള കലാമണ്ഡലം എന്നിവയുടെ ഭരണസമിതി യംഗമായിരുന്നു. ഭൂമിക്കൊരു ചരമഗീതം, ഭൈരവന്റെ തുടി, ഉപ്പ്, അക്ഷരം തുടങ്ങിയ ഇരുപതോളം കവിതാ സമാഹാരങ്ങൾ. കാവ്യാത്മകമായ ചലച്ചിത്രഗാന രചനകളിലൂടെ ജനഹൃദയങ്ങളിൽ ലബ്ധപ്രതിഷ്ഠനായി. ഗാനരചനയ്ക്ക് ദേശീയ അവാർഡും, പന്ത്രണ്ട് തവണ സംസ്ഥാന അവാർഡും നേടി. 1998ൽ പത്മശ്രീ ബഹുമതി ലഭിച്ചു. കേരള സാഹിത്യ അക്കാദമി, കേന്ദ്രസാഹിത്യ അക്കാദമി, സോവിയറ്റ് ലാന്റ് അവാർഡുകൾ നേടി.

നാം നടന്നു പോകുന്ന വഴിയിലൊക്കെ തോൽ പാകിയിട്ട് നടക്കാമെന്ന് കരുതരുത്.
സ്വന്തം കാലിൽ തോൽച്ചെരിപ്പുണ്ടാവണം അതുമതി.

ജീവിതത്തിൽ എന്തെങ്കിലും നേട്ടമുണ്ടാവുമ്പോൾ 'മനസ്സേ അഹങ്കരിക്കാതിരിക്കൂ' എന്ന് സ്വഗതമായി പറയണം.

'വിനയമാകട്ടെ എന്റെ കിരീടം' എന്ന ടാഗോറിന്റെ വാക്കുകൾ ഞാൻ പലപ്പോഴും അനുസ്മരിക്കാറുണ്ട്. ഈ വിനയത്തിന്റെ വിപരീതമല്ല, സർഗ്ഗാത്മകമായ ആത്മവിശ്വാസം മൂലം തല ഉയർത്തിനിൽക്കുക എന്നത്.

സ്വന്തം ആശയങ്ങളെ ദുരുപദിഷ്ടമായി ഒരാളെതിർക്കുമ്പോൾ ശാന്തമായും ദൃഢമായും സ്വപ്രത്യയസ്ഥൈര്യം കാട്ടുക.

സ്വന്തം സ്മാരകം, കവിയെ സംബന്ധിച്ചിടത്തോളം അക്ഷരലക്ഷത്തിലൂടെ അയാൾ കെട്ടിപ്പടുക്കുന്നതാണ്.

തിരിഞ്ഞു നോക്കുമ്പോൾ ചെയ്തുപോയ തെറ്റുകൾ തിരിച്ചറിയുക. അതിന്റെ പേരിൽ വെറുതെ നിലവിളിക്കാതിരിക്കുക. ഒരിക്കൽ മാത്രം ജീവിതമെന്ന നാടകം അഭിനയിക്കാൻ നാം വിധിക്കപ്പെട്ടിരിക്കുന്നു. സൂക്ഷിച്ച് സ്വന്തം ഭാഗം പറയുക. സംശയം വരുമ്പോൾ മനസ്സാക്ഷി 'പ്രോംപ്റ്റ്' ചെയ്യും. അവാർഡുകൾ മോഹിക്കാതിരിക്കുക. കൈവന്നാൽ സന്തോഷത്തോടെ സ്വീകരിക്കുക. 'കരുവതിഹ ചെയ്യവയ്യ! ചെയ്യാൻ വരുതി ലഭിച്ചതിൽ നിന്നിടാ വിചാരം പരമഹിതമറിഞ്ഞുകൂടാ ആയുഃസ്ഥിരതയുമില്ല.'

ആശാന്റെ ഈ ശ്ലോകം ഉരുവിട്ട് സാന്ത്വനം തേടാറുണ്ട്. ∎

എം.കെ. സാനു
(1928-)

ആലപ്പുഴ ജില്ലയിലെ തുമ്പോളിയിൽ ജനനം. എഴുത്തുകാരൻ, പ്രസംഗകൻ, സാംസ്കാരിക പ്രവർത്തകൻ. വിവിധ ഗവ. കോളേജുകളിൽ മലയാളം അധ്യാപകനായി ഔദ്യോഗിക ജീവിതം നയിച്ചു. റിട്ടയർമെന്റിനുശേഷം രാഷ്ട്രീയ-സാമൂഹികരംഗത്ത് പ്രാഗൽഭ്യം തെളിയിച്ചു. നിയമസഭയിലേക്ക് ഇടതുപക്ഷ പ്രതിനിധിയായി തെരഞ്ഞെടുക്കപ്പെട്ടു. പുരോഗമന കലാ സാഹിത്യ സംഘത്തിന്റെയും കേരള സാഹിത്യ അക്കാദമിയുടെയും അധ്യക്ഷനായിരുന്നു. നാരായണഗുരു സ്വാമി, പ്രഭാത ദർശനം, ചങ്ങമ്പുഴ കൃഷ്ണപിള്ള: നക്ഷത്രങ്ങളുടെ സ്നേഹഭാജനം ഇവയാണ് മുഖ്യകൃതികൾ. കേരള സാഹിത്യ അക്കാദമി, വയലാർ എന്നീ അവാർഡുകൾ ലഭിച്ചിട്ടുണ്ട്.

ജീവിതത്തിൽ നിന്ന് ഞാൻ പഠിച്ചത് ഞാനൊന്നും തന്നെ പഠിച്ചിട്ടില്ല എന്നാണ്. ആഗ്രഹിച്ചതിന്റെ ഫലമായിട്ടല്ല ഞാൻ ജനിച്ചത്. ജനിച്ചതിനുശേഷം വ്യക്തിപരവും നിർവ്യക്തികപരവുമായ ആഗ്രഹങ്ങളാണ് എന്നെ നയിച്ചത്. ഞാൻ ആഗ്രഹിക്കുന്നില്ലെങ്കിലും ഒരു ദിവസം ഞാൻ മരിക്കും. എവിടെ നിന്ന്, എന്തിനുവേണ്ടി ഞാൻ ഈ ഭൂമിയിലെത്തി? ഞാൻ എന്തെങ്കിലും അവശേഷിപ്പിക്കുമോ? ഇനി, ഇവിടെ നിന്ന് പിരിയുന്ന ഞാൻ മറ്റെവിടെയെങ്കിലും തുടരുമോ? ഉത്തരമില്ലാത്ത ചോദ്യങ്ങൾ. ഇല്ല. ഞാനൊന്നും പഠിച്ചിട്ടില്ല.

ഒരു പ്രത്യേക സമൂഹത്തിലാണ് ഞാൻ പിറന്നു വീണത്. എന്റെ സ്വഭാവത്തെയും വീക്ഷണത്തെയും നിയന്ത്രിക്കുന്നതിൽ ആ സമൂഹം വലിയ പങ്കു വഹിച്ചിട്ടുണ്ട്. എങ്കിലും ആ സമൂഹത്തിലെ വൈകൃതങ്ങളുമായി പൊരുത്തപ്പെടാൻ ഒരിക്കലും എനിക്കു കഴിഞ്ഞിട്ടില്ല. അതുകൊണ്ട്, പരിവർത്തനത്തിന്റെ ശക്തികളുമായി ബന്ധപ്പെടുന്നിടത്ത് ഞാൻ ജീവിതത്തിന് ഒരു ലക്ഷ്യം കണ്ടെത്തുന്നു. മാതൃകാലോകത്തെ സംബന്ധിക്കുന്ന സങ്കൽപങ്ങൾ, അവിടെ പുലരേണ്ട മൂല്യങ്ങളെപ്പറ്റിയുള്ള ധാരണകൾ - ഇവ പ്രായോഗിക പ്രവർത്തനങ്ങളുമായി സാമ്യപ്പെടാൻ എന്നെ അനുവദിക്കുന്നുമില്ല. ഈ ധർമ്മസങ്കടം എന്നിൽ സ്ഥിരമായി നിൽക്കുന്നു.

ലോകത്തിൽ ഏറ്റവും വിശിഷ്ടമായത് സ്നേഹമാകുന്നു. അതു മധുരവുമാണ്. പക്ഷേ, അധികമാളുകൾക്കും സ്നേഹമെന്തെന്നറിഞ്ഞു കൂടാ. താൽപര്യമനുസരിച്ചു മാത്രം അവർ ഇതര വ്യക്തികളുമായി ബന്ധപ്പെടുന്നു. അതുകൊണ്ട്, സ്നേഹമെന്ന വിശുദ്ധവികാരം സ്വഭാവഘടനയിലുള്ളവർ എപ്പോഴും ദുഃഖിക്കാൻ വിധിക്കപ്പെട്ടവരാണ്. ആ ദുഃഖം, പക്ഷേ, മഹനീയമാകുന്നു. അത് അഭിമാനകരമാണ്.

സ്നേഹബന്ധങ്ങൾ ലോകത്തിൽ വളരെ ചുരുക്കം. സ്നേഹിക്കുന്നവർ അവാച്യമായ സുഖം, ഏതു ദുഃഖത്തിനിടയിലും, അനുഭവിക്കുകയും ചെയ്യുന്നു. അവർ സ്വതന്ത്രാത്മാക്കളുമായിരിക്കും. ■

സമ്പാ: ടി.എൻ. ജയചന്ദ്രൻ

അടൂർ ഗോപാലകൃഷ്ണൻ

(1941-)

പത്തനംതിട്ടയിലെ അടൂരിൽ ജനനം. സിനിമാസംവിധായകൻ, നാടക രചയിതാവ്, പദ്‌മശ്രീ ജേതാവ്. തിരുവനന്തപുരത്ത് ചിത്രലേഖാ ഫിലിം സൊസൈറ്റി സ്ഥാപിച്ചുകൊണ്ട് കേരളത്തിലെ ഫിലിം സൊസൈറ്റി പ്രസ്ഥാനത്തിന് തുടക്കം കുറിച്ചു. പുണെ ഫിലിം ഇൻസ്റ്റിറ്റ്യൂട്ടിന്റെ ഭരണസമിതിയുടെ അധ്യക്ഷനായിരുന്നു. ആദ്യമായി നിർമിച്ച സ്വയംവരത്തിന് നിരവധി ദേശീയ അവാർഡുകൾ ലഭിച്ചു. കൊടിയേറ്റം ബർലിൻ ചലച്ചിത്രോത്സവത്തിൽ പ്രദർശിപ്പിക്കപ്പെട്ടു. എലിപ്പത്തായം കാൻ ഫെസ്റ്റിവലിലും പ്രദർശിപ്പിച്ചു. അതിന് ബ്രിട്ടീഷ് ഫിലിം ഇൻസ്റ്റിറ്റ്യൂട്ടിന്റെ അവാർഡ് ലഭിച്ചു. മതിലുകൾ, വിധേയൻ ഇവയ്ക്ക് സംസ്ഥാന അവാർഡ് ലഭിച്ചു. ഏറ്റവും പുതിയചിത്രം നിഴൽക്കുത്ത്. ഇരുപത്തഞ്ചിലധികം ഹ്രസ്വചിത്രങ്ങളും അടൂരിന്റേതായുണ്ട്. ഗുരു, ചെങ്ങന്നൂർ, യക്ഷഗാനം, കൃഷ്ണനാട്ടം, ചോള സംസ്കാരം, പാസ്റ്റ് ഇൻ പെഴ്‌സ്പക്ടീവ്, ഗംഗ, സാൻഡ്, മിത്ത് ആൻഡ് മാൻ ക്രിയേറ്റഡ് തുടങ്ങിയവ അവയിൽ ചിലതാണ്.

ഏതു വിഷയത്തെപ്പറ്റിയും മറ്റുള്ളവരെ ഉപദേശിക്കാൻ എളുപ്പം; സ്വന്തം ജീവിതത്തിൽ പ്രയോഗിക്കാനാവട്ടെ വളരെ വിഷമകരവും.

പണം, പ്രശസ്തി, പരസ്ത്രീ എന്നീ ത്രിവിധ കാരണങ്ങളാണ് ഒട്ടുമിക്ക സൗഹൃദങ്ങളെയും ഉലച്ചില്ലാതാക്കുന്നത്.

രാഷ്ട്രീയമെന്നാൽ ഏതു വിധേനയും വോട്ടുപിടിച്ച് അധികാരത്തിൽക്കയറി ഞെളിയാനും എത്രയും വേഗം പത്തു പുത്തൻ തരമാക്കാനുള്ള വഴി എന്നാണ് ഇന്നിപ്പോൾ അർത്ഥം വന്നിരിക്കുന്നത്. അധോലോകവും അതിനു കൈകോർക്കുന്ന പിഴച്ച രാഷ്ട്രീയ നേതൃത്വവും പോപ്പുലർ സിനിമകളുടെ തീരാപ്രമേയങ്ങളായത് അങ്ങനെയാണ്.

മുൻ അനുഭവങ്ങളുടെ പരിചയം കൊണ്ട് പുതിയവയെ നേരിടാമെന്നു കരുതുന്നത് വിഡ്ഢിത്തമാണ്. ഓരോ പുതിയ അനുഭവവും ഓരോ പുതിയതരം നേരിടൽ ആവശ്യപ്പെടുന്നു.

പൊതുജീവിതം നയിക്കുന്നവർ ലളിതമായി – അത് ദരിദ്ര മാണെങ്കിൽ ഏറെ നന്ന് – കഴിയുന്നതു കാണാനാണ് ജനം ഇഷ്ടപ്പെടുന്നത്. ഉടയാത്ത ഉടുപ്പും, ഞെളിഞ്ഞ നടപ്പും, കൂടിയ വാഹനങ്ങളിലെ കുതിപ്പും ജനസമ്മതിക്കു ഹാനിയുണ്ടാക്കും.

എല്ലാ രാഷ്ട്രീയ പാർട്ടികളും പുരോഗമനക്കാരാണെന്നു പറഞ്ഞു നടക്കുന്ന നമ്മുടെ നാട്ടിൽ എതിർപ്പാർട്ടികളെല്ലാം പിന്തിരിപ്പന്മാരാകുന്നു.

നിരത്തുകളും പൊതുസ്ഥലങ്ങളും വൃത്തിയായി സൂക്ഷിക്കണമെന്ന ആശയം മലയാളിക്ക് അന്യമാണ്. സിങ്കപ്പൂരിലെപ്പോലെ കർശനമായ ശിക്ഷകളും പിഴകളും പരീക്ഷിച്ചു നോക്കേണ്ടതാണ്. 'പൗരധർമ്മം' താഴേ ക്ലാസുകൾ മുതൽ പാഠ്യവിഷയമാക്കണം.

അവകാശങ്ങൾ പിടിച്ചു പറ്റാൻ പയറ്റിയ തൊഴിലാളി പ്രസ്ഥാന ങ്ങൾ ചുമതലകളെപ്പറ്റി പാടേ മറന്നെന്നു വേണം കരുതാൻ.

നഷ്ടപ്പെട്ട അവസരങ്ങളെപ്പറ്റി പരിതാപപൂർവ്വം ആത്മപരിശോധന നടത്തേണ്ട സമയമാണ് നമ്മുടെ സ്വാതന്ത്ര്യത്തിന്റെ അമ്പതാം വർഷം. കുറ്റബോധവും കെടുകാര്യസ്ഥതയും ആഘോഷിക്കാനുള്ളതല്ലല്ലോ.

നമ്മുടെ സാംസ്കാരിക പൈതൃകത്തെയും പാരമ്പര്യത്തെയും വിനോദസഞ്ചാരികൾക്കു മുമ്പിൽ താലങ്ങളിൽ വച്ചു വണങ്ങുന്ന സമ്പ്രദായം ആപത്കരമാണ്, ഒരു ജനതയുടെ അന്തസ്സിനു നിരക്കാത്തതാണ്. ഇങ്ങനെ കലയെയും സംസ്കാരത്തെയും ജീവിക്കലിൽ നിന്നു വ്യത്യസ്തമാണെന്ന പ്രവണതയാണ് വിപത്താകുന്നത്. ∎

സമ്പാ: ടി.എൻ. ജയചന്ദ്രൻ

ഡോ. എം.എസ്. വല്യത്താൻ

(1934-)

ആലപ്പുഴ ജില്ലയിലെ മാവേലിക്കരയിൽ ജനനം. അന്തർദേശീയ അംഗീകാരം നേടിയ കേരളീയ വൈദ്യശാസ്ത്രജ്ഞനും ഗവേഷകനും ശസ്ത്രക്രിയ വിദഗ്ധനും. ഇംഗ്ലണ്ടിലെ ലിവർപൂൾ സർവകലാശാലയിൽനിന്ന് ശസ്ത്രക്രിയയിൽ മാസ്റ്റർ ബിരുദവും അമേരിക്കയിൽനിന്ന് കാർഡിയോ തൊറാസിക് സർജറിയിൽ വൈദഗ്ധ്യവും നേടി. അമേരിക്കയിലെയും ചണ്ഡിഗഡിലെയും സർവ്വകലാശാലകളിൽ സേവനമനുഷ്ഠിച്ചു. തിരുവനന്തപുരം ശ്രീചിത്രാ മെഡിക്കൽ സെന്ററിന്റെ ഡയറക്ടറായിരുന്നു. പദ്മശ്രീ, ബിർളാ നാഷണൽ അവാർഡ് തുടങ്ങിയ ബഹുമതികൾക്കർഹനായിട്ടുണ്ട്. മണിപ്പാൽ അക്കാദമി ഓഫ് ഹയർ എഡ്യുക്കേഷന്റെ വൈസ്-ചാൻസലർ ആയിരുന്നു. കേരള സംസ്ഥാന സയൻസ്, ടെക്നോളജി, എൺവയോൺമെന്റ് കമ്മിറ്റി ചെയർമാൻ, ഗവൺമെന്റ് സെക്രട്ടറി, സംസ്ഥാന സർക്കാറിന്റെ ശാസ്ത്രോപദേഷ്ടാവ്.

അച്ഛനമ്മമാരോടും ഗുരുനാഥന്മാരോടുമായി തുടങ്ങുന്ന ആദരവ് എല്ലാവരോടുമുള്ള പെരുമാറ്റത്തിൽ ഏറെക്കുറെ നിഴലിച്ചാൽ അത് ധാരാളം സ്നേഹബന്ധങ്ങൾക്ക് കാരണമാകും.

ഡോക്ടർ, സംഗീതാധ്യാപകൻ തുടങ്ങിയ ജോലികൾ ജീവിതമാർഗ്ഗം മാത്രമല്ല. വൈദ്യശാസ്ത്രം, സംഗീതം മുതലായ മാനുഷികനേട്ടങ്ങളുടെ ഉപാസനയായുംകൂടി കാണുക. അതുകൊണ്ട് ജോലിയുടെ നിലവാരം അത്ഭുതകരമായി ഉയരും.

ഏതു പണിയായാലും അതിൽ ഉൽസാഹപൂർവ്വം പ്രവർത്തിക്കുക; പ്രവൃത്തിയിൽ ആസ്വാദനം കണ്ടെത്താൻ ശ്രമിക്കുക. അതാണ് സുഖജീവിതത്തിന്റെ അടിസ്ഥാനം.

ജീവിതയാത്ര വലിയ വിമാനത്താവളങ്ങളിലെ നടത്തം പോലെയാണ്. ഭാരവുമേന്തി യാത്രക്കാർ ഒരു വാതിലിനെ ലക്ഷ്യമാക്കി നടക്കുന്നു. നടന്നുകൊണ്ടേയിരിക്കുമ്പോൾ അവർ പെട്ടെന്ന് ഒരു 'കൺവെയർ ബെൽറ്റി'ൽ കാൽ വയ്ക്കാനിടവരുന്നു. അതോടുകൂടി യാത്രയുടെ വേഗം പതിന്മടങ്ങു വർദ്ധിക്കുന്നു. പക്ഷേ, കാൽ അതിൽ പതിയണമെങ്കിൽ വാതിലിലേയ്ക്കുള്ള ലക്ഷ്യം തെറ്റാതിരിക്കണം; നടന്നു കൊണ്ടേയിരിക്കുകയും വേണം.

നിരന്തരം പരിശ്രമിക്കുക. കുറുക്കുവഴികൾ നോക്കാതിരിക്കുക.

ജീവിതയാത്രയിൽ ചെളിയും അഴുക്കും നിറഞ്ഞ വഴികൾ ഉണ്ടാകും. തിരിച്ചടികളും ക്ലേശങ്ങളും തന്നെ അതിന്റെ ദൃഷ്ടാന്തങ്ങൾ. അവ കടക്കുക. കാൽ കഴുകി വീണ്ടും മുന്നോട്ടു പോവുക.

ആഹാരം, വസ്ത്രാലങ്കാരങ്ങൾ, ഗൃഹനിർമ്മാണം – ഇതിലെല്ലാം ആഗ്രഹിക്കുന്നതിലും ആഹ്ലാദിക്കുന്നതിലും തെറ്റില്ല. പക്ഷേ, ആഗ്രഹത്തിലും ആഹ്ലാദത്തിലും മിതത്വം ശീലിക്കുക. അതാണ് വിവേകപൂർവ്വം.

അന്യരുടെ കുറ്റം നോക്കാതെയും പറയാതെയും ശ്രദ്ധിക്കുക. അതുകൊണ്ട് മനസ്സിനു വെടിപ്പുണ്ടാകും.

നാമുണ്ടെങ്കിലും ഇല്ലെങ്കിലും ഭൂമി കറങ്ങിക്കൊണ്ടുതന്നെയിരിക്കും. നമ്മുടെ പ്രാധാന്യം സാങ്കൽപികമാണ്. അതു മറക്കാതിരിക്കുക.

ശ്രീനാരായണഗുരുവിന്റെ ഉപദേശംപോലെ സ്വന്തം ചെയ്തികൾ മറ്റുള്ളവർക്ക് ഗുണപ്രദമായി വരുവാൻ ശ്രമിക്കുക. ∎

എം. മുകുന്ദൻ

(1942-)

മാഹിയിൽ ജനനം. മലയാള സാഹിത്യത്തിലെ ആധുനികതയുടെ വക്താവ്. ഇന്ത്യയിലെ ഫ്രഞ്ച് എംബസിയിൽ കൾച്ചറൽ അറ്റാഷേ ആയിരുന്നു. മയ്യഴിപ്പുഴയുടെ തീരങ്ങളിൽ, ദൈവത്തിന്റെ വികൃതികൾ, നൃത്തം, തേവിടിശ്ശിക്കിളി, അഞ്ചര വയസ്സുള്ള കുട്ടി, എന്താണ് ആധുനികത തുടങ്ങിയവയാണ് പ്രധാന സംഭാവനകൾ. കേന്ദ്ര സാഹിത്യ അക്കാദമി അവാർഡ്, കേരള സാഹിത്യ അക്കാദമി അവാർഡ്, മുട്ടത്തുവർക്കി അവാർഡ്, ഫ്രഞ്ച് സർക്കാരിന്റെ ഷെവലിയർ ഓഫ് ആർട്സ് ലെറ്റേഴ്സ് തുടങ്ങിയ അവാർഡുകൾ ലഭിച്ചിട്ടുണ്ട്.

എല്ലാറ്റിലുമുപരി ജീവിതം ഒരന്വേഷണമാണ്. സ്വയം ചോദ്യങ്ങൾ ചോദിച്ചുകൊണ്ടാണ് നമ്മിൽ പലരും ജീവിക്കുന്നത്. ഒന്നുചേർന്നും പിരിഞ്ഞും ഓടിപ്പോകുന്ന റെയിൽപ്പാളങ്ങളുടെ അവസാനം എവിടെയാണ്? ആകാശത്തിന്റെ അതിര് എവിടെയാണ്? കുട്ടിക്കാലത്ത് ഇങ്ങനെ എത്രയോ ചോദ്യങ്ങൾ ഞാൻ സ്വയം ചോദിച്ചിരുന്നു.

ഇതുപോലുള്ള ചോദ്യങ്ങൾക്കൊന്നും ഒരിക്കലും തൃപ്തികരമായ മറുപടി ലഭിക്കുകയില്ല എന്നതാണ് ഞാൻ ജീവിതത്തിൽ പഠിച്ച ആദ്യപാഠം. എന്റെ ഈ അനുഭവം

തന്നെയായിരിക്കും മറ്റുപലർക്കും. എങ്കിലും നാം ചോദ്യങ്ങൾ ചോദിച്ചുകൊണ്ടേയിരിക്കുന്നു.

ജീവിതം ദൈവം തന്നത് എന്നും ദൈവത്തിന്റെ ഹിതംപോലെ നാം ജീവിച്ചാൽ മതിയെന്നുമാണ് ഞാൻ ആദ്യം വിചാരിച്ചത്. അങ്ങനെതന്നെയാണ് ഞാൻ കുറേക്കാലം ജീവിച്ചതും. പിന്നീട് എനിക്കു തോന്നി. അത് തെറ്റായ ഒരു സമീപനമാണ് എന്ന്. ദൈവം നമുക്കുതന്ന ബുദ്ധിയുപയോഗിച്ചു വേണം നാം ജീവിക്കുവാൻ എന്ന് ഞാൻ തീരുമാനിച്ചു. ഇപ്പോൾ ഞാൻ ജീവിക്കുന്നതും അങ്ങനെയാണ്. ഇതിൽ ഞാനും ദൈവവും ഒരുപോലെ സന്തുഷ്ടരാണ് എന്ന് ഞാൻ വിശ്വസിക്കുന്നു.

ഒരുകാലം ജീവിതം വളരെ ലളിതമായിരുന്നു. ജീവിക്കുക എന്നത് പ്രയാസമുള്ള കാര്യമായിരുന്നില്ല. ഒരു പുഴപോലെ അത് ഒഴുകിക്കൊണ്ടേയിരിക്കും. കുംഭവെയിലിൽ പുഴ വരണ്ടുവെന്നിരിക്കും. ഇടവപ്പാതിക്ക് നിറഞ്ഞുകവിഞ്ഞൊഴുകി എന്നും വരാം. പിന്നീട് എനിക്ക് മനസ്സിലായി ജീവിതം ഒരു നദിയല്ലെന്ന്. ജീവിതം ഇപ്പോൾ ഒരു വലിയ വ്യവസായശാലയാണ്. അത് നടത്തിക്കൊണ്ടുപോകുവാൻ മാനേജ്മെന്റിൽ വൈദഗ്ധ്യം വേണം. ജീവിതത്തിന്റെ മാനേജ്മെന്റ് അറിയാത്തവർ സമൂഹത്തിൽനിന്ന് പുറത്തേയ്ക്കു തെറിച്ചുപോകും.

ജീവിതം ഒരു വ്യവസായമാകുമ്പോൾ സ്നേഹബന്ധങ്ങൾക്കും സുഹൃദ്ബന്ധങ്ങൾക്കും എന്തു സ്ഥാനം? മക്കൾ അച്ഛനമ്മമാരോട് കണക്കു ചോദിക്കുന്നു. കിടക്കയിൽതന്നെ തൃപ്തിപ്പെടുത്തുവാൻ കഴിഞ്ഞില്ലെങ്കിൽ തന്റെ കഴുത്തിൽ താലി കെട്ടിയവനെ ഉപേക്ഷിക്കുവാൻ ഭാര്യക്കു മടിയില്ല. സ്വന്തം ശരീരത്തിന്റെ ആനന്ദമാണ് ഇന്ന് ഓരോ വ്യക്തിയുടെയും ജീവിതലക്ഷ്യം. ആത്മാവിനെക്കുറിച്ചുള്ള ആശങ്കകൾ അവസാനിപ്പിച്ച് ശരീരത്തെക്കുറിച്ച് ചിന്തിക്കുവാൻ ഈ വൈകിയ വേളയിൽ എനിക്കു കഴിയുമോ? എന്നെ ഇപ്പോൾ അലട്ടുന്ന ഒരു ചോദ്യമാണിത്.

പണ്ട് വ്യക്തിപരമായ വേവലാതികളിൽനിന്നു രക്ഷപ്പെടുവാൻ വേണ്ടി നാം സമൂഹത്തിലേയ്ക്ക് ഇറങ്ങിച്ചെല്ലുകയായിരുന്നു പതിവ്. ഇരുട്ടിൽ തപ്പുന്ന നമുക്ക് സമൂഹം വെളിച്ചത്തിന്റെ ചൂട്ടു നൽകിയിരുന്നു. ഇന്ന് സമൂഹമില്ല. വ്യക്തി മാത്രമേയുള്ളു. അപ്പോൾ ആരാണ് നമുക്ക് വെളിച്ചം നൽകുക?

വളരെക്കാലം മുമ്പുതന്നെ ഞാൻ ഒരു ജീവിതക്രമം രൂപപ്പെടുത്തിയിരുന്നു. ആരും വഴി കാട്ടുകയില്ല. അതുകൊണ്ട് സ്വയം വഴികാട്ടിയാകുക. ജീവിതത്തിൽ എന്തും ചെയ്യുവാനുള്ള സ്വാതന്ത്ര്യം നമുക്കുണ്ട്. പക്ഷേ, ഒരു മനുഷ്യനെയും ഒരു ജീവിയെയും ഒരു സസ്യത്തെയും, അനാവശ്യമായി വേദനിപ്പിക്കരുത്.

ദൈവത്തോട് ഒരു പ്രാർത്ഥന മാത്രം; ഒരു ജന്മത്തിലും എന്നെ ഒരു മരംവെട്ടുകാരനായി ജനിപ്പിക്കരുതേ... ■

വിഷ്ണു നാരായണൻ നമ്പൂതിരി

(1939-)

പത്തനംതിട്ട ജില്ലയിലെ തിരുവല്ലയിൽ ജനനം. കവി, അധ്യാപകൻ. വേദ-സംസ്കൃത പണ്ഡിതൻ. ഫിസിക്സിൽ ബിരുദവും ഇംഗ്ലീഷിൽ ബിരുദാനന്തര ബിരുദവും നേടി. ഭാഷാ ഇൻസ്റ്റിറ്റ്യൂട്ടിലെ റിസർച്ച് ഓഫീസർ, ഗ്രന്ഥാലോകത്തിന്റെ ഓണററി എഡിറ്റർ, കേരള സാഹിത്യ അക്കാദമി അംഗം എന്നീ സ്ഥാനങ്ങൾ വഹിച്ചു. ഭൂമിഗീതങ്ങൾ, ഇന്ത്യയെന്ന വികാരം തുടങ്ങി പതിനഞ്ചോളം കാവ്യസമാഹാരങ്ങൾ. കേരള സാഹിത്യ അക്കാദമി അവാർഡ്, ഓടക്കുഴൽ അവാർഡ് എന്നിവ ലഭിച്ചിട്ടുണ്ട്.

ജീവിതത്തിൽ വെറുതെയാകുന്നില്ല
ഭാവശുദ്ധിയും ഭംഗിയും വെൺമയും
പൂവിനുള്ള സുഗന്ധവും അന്യനായ്
താനൊരുക്കും ചെറിയ സംതൃപ്തിയും
നേരിനായ് മുറിവാർന്ന തൻ ജീവനാൽ
പാരിനേകുന്നു മംഗളാശംസയും!
തോക്കിൻ കുഴലിൽ വമിപ്പൂ മൃതി മാത്രം,
തോൽക്കാത്തതാത്മബലം പവിത്രം.

കാതലായ അറിവുകളെല്ലാം ബുദ്ധികൊണ്ടല്ല.
ഹൃദയം കൊണ്ട് നേടുന്നവയാണ്.
പടർന്നു പന്തലിക്കുന്ന പാരമ്പര്യത്തിന്റെ ജീവമുകുളമാണ്
ആധുനികത, സാഹിത്യത്തിലെന്നപോലെ ജീവിതത്തിലും.

രതി വ്യക്തിയിൽ ഊന്നുമ്പോൾ അനുരാഗമാകുന്നു.
പ്രപഞ്ചം ആകെ വേരോടുമ്പോൾ ആത്മീയത ആകുന്നു.

മനുഷ്യവംശത്തെ ബാധിച്ച ഏറ്റവും വലിയ
അന്ധവിശ്വാസം പുരോഗതി ആണ്.

ദ്വന്ദ്വാത്മകതയുടെ വികലരൂപം ഹെഗൽ വഴി കിട്ടിയതാണ്
മാർക്സിന്റെ കൈമുതൽ; അദ്ദേഹം ഇത്തിരി സംസ്കൃതം
പഠിച്ചിരുന്നുവെങ്കിൽ ലോകത്തിന്റെ ഭാവി വേറൊന്നായേനേ!

മനുഷ്യവംശത്തിൽ ഗോത്രഭേദങ്ങൾ ഇല്ല. ഉണ്ടെന്ന്
ആദ്യമായി കണ്ടുപിടിച്ച മാക്സ് മുള്ളർ 20 കൊല്ലം
അതിൽ പശ്ചാത്തപിച്ചുകൊണ്ട് എഴുതിയതും പറഞ്ഞതും
നാം മറന്നു. ആര്യദ്രാവിഡസിദ്ധാന്തമെന്ന കൊടിയനുണ
കൊളോണിയൽ ഭരണതന്ത്രത്തിന്റെ ഭാഗമായിരുന്നു.
ആ വിഴുപ്പ് ഭാരതീയർ ഇന്നും അണിഞ്ഞ് നടക്കുന്നു!

കവിതയും സയൻസും തമ്മിൽ അഗാധമായ
ഐക്യമാണുള്ളത്, വ്യത്യാസം പുറമെ മാത്രം.
ഇന്ത്യയുടെ ഹൃദയവും ബുദ്ധിയും ആത്മാവും സംസ്കൃത
ഭാഷയാണ്. അതിനു വാട്ടം തട്ടുമ്പോൾ ഇന്ത്യ ക്ഷയിക്കുന്നു. ∎

പി. പരമേശ്വരൻ
(1926-)

ആലപ്പുഴ ജില്ലയിലെ ചേർത്തലയിൽ ജനനം. എഴുത്തുകാരൻ, പ്രഭാഷകൻ. ഭാരതീയ വിചാരകേന്ദ്രം, കന്യാകുമാരി വിവേകാനന്ദ റോക്ക് മെമ്മോറിയൽ എന്നിവയുടെ ഡയറക്ടർ. രാഷ്ട്രീയ സ്വയംസേവക സംഘത്തിന്റെ പ്രവർത്തകനായി രാഷ്ട്രീയ ജീവിതം ആരംഭിച്ചു. ജന സംഘത്തിന്റെ അഖിലേന്ത്യാ കാര്യദർശിയായിരുന്നു. ശ്രീനാരായണഗുരു സ്വാമികൾ-നവോത്ഥാനത്തിന്റെ പ്രവാചകർ എന്നതാണ് മുഖ്യകൃതി

ജീവിതത്തിൽ നിന്നെന്തെങ്കിലും പഠിച്ചു എന്ന് പറയാൻ വിഷമം; കാരണം പഠിച്ചു എന്ന് ധരിച്ചത് പ്രയോഗത്തിൽ വരുത്താൻ പലപ്പോഴും സാധിക്കുന്നില്ല. യുധിഷ്ഠിരന്റെ കഥ കേട്ടിട്ടുണ്ട്. "സത്യം പറയണ"മെന്ന് ഗുരു എല്ലാ ശിഷ്യരേയും പഠിപ്പിച്ചു. പിറ്റേന്നു എല്ലാവരും പാഠം പഠിച്ചു എന്ന് പറഞ്ഞു. യുധിഷ്ഠിരൻ മാത്രം ശങ്കിച്ചു നിന്നു. "സത്യമേ പറയൂ എന്നുറപ്പായിട്ടില്ല" എന്നു പറഞ്ഞു. ഒടുവിൽ യുധിഷ്ഠിരന് കളവു പറയേണ്ടി വരികയും ചെയ്തല്ലോ. എന്താണ് സത്യം? തീർത്തു പറയാൻ വിഷമം. സത്യത്തിന് അനേകം മുഖങ്ങളുണ്ട്. എല്ലാം ചേർന്നാലേ മുഴുവൻ സത്യമാകൂ. നാമോരോരോ മുഖം മാത്രം കാണുന്നു. അതു കാണാത്തവരെ പഴിക്കുകയും ചിലപ്പോൾ ശത്രുക്കളുമായി കരുതുകയും ചെയ്യുന്നു. താൻ കാണുന്ന മുഖം അംഗീകരിക്കുക; മറ്റു മുഖങ്ങൾ കാണുന്നവരെ ശത്രുക്കളായി

കാണാതിരിക്കുക; അനുഭാവപൂർവ്വം വീക്ഷിക്കുക - അത്രയെങ്കിലും ചെയ്യുക. നല്ല കാര്യങ്ങൾ അനവധിയാണ്. എല്ലാം ചെയ്യേണ്ടതുമാണ്. എന്നാൽ ആർക്കും എല്ലാ നല്ല കാര്യങ്ങളും ചെയ്യാൻ ജീവിതത്തിൽ സാധ്യമല്ല. തന്റെ വഴിക്കുവരുന്നതോ താൻ തെരഞ്ഞെടുക്കുന്നതോ ആയ ഒരു നല്ല കാര്യത്തിനു വേണ്ടി പ്രവർത്തിക്കുക. മുഴുവൻ ശ്രദ്ധയും അതിൽ ചെലുത്തുക. പലതിന്റെയും പിന്നാലെ പാഞ്ഞുനടന്ന് ഒന്നും നേരെ ചെയ്യാൻ കഴിയാതെ പോകുമ്പോൾ ജീവിതം വ്യർത്ഥമാകും. എങ്ങനെ ജീവിക്കണം? ഒരു വലിയ ആദർശത്തിന് വേണ്ടി ജീവിക്കണം. എന്താണ് ജീവിത വിജയം? പൂർണ്ണമായ ലക്ഷ്യപ്രാപ്തിയാണോ? ആണെന്ന് പറയാൻ പ്രയാസം. പൂർണ്ണമായ ലക്ഷ്യപ്രാപ്തി എന്നും ആദർശമായി തന്നെയിരിക്കും. അപൂർണ്ണതകളുടെ ഈ ലോകത്തിൽ പൂർണ്ണത കൈവരിക്കാനെളുപ്പമല്ല. മാത്രമല്ല, കൈയെത്തിപ്പിടിക്കാൻ കഴിയുന്നതിലും അൽപം അകലെയായിരിക്കണം ലക്ഷ്യം. എന്നാലേ ജീവിതം വളരൂ. ലക്ഷ്യം വികസ്വരമായ ചക്രവാളം പോലെയായിരിക്കണം. നാം വളരുന്തോറും ലക്ഷ്യവും വളർന്നു കൊണ്ടിരിക്കും. ലക്ഷ്യം പ്രാപിക്കുന്നതിലല്ല, അതിനുവേണ്ടി സ്വയം ഉഴിഞ്ഞുവച്ച് പ്രവർത്തിക്കുന്നതിലാണ് ആനന്ദം. അതാണ് ജീവിതവിജയവും.

വായനയില്ലാത്ത ജീവിതം ഒരു മരുപ്പറമ്പാണ്. വായനയുടെ ലോകം പാരാവാരവും. എന്തു വായിക്കണം? എത്ര വായിക്കണം? എന്തിനു വായിക്കണം? അപാരവും അനന്തവും വൈവിദ്ധ്യപൂർണ്ണവുമായ പുസ്തക പ്രപഞ്ചത്തിൽ നിന്ന് നാം വായിക്കേണ്ടതെന്തോ അത് നാം വിവേകപൂർവ്വം തെരഞ്ഞെടുത്തേ പറ്റൂ. അതു സോദ്ദേശ്യമായിരിക്കുകയും വേണം. വായിക്കുന്നത് സ്വാംശീകരിക്കാൻ കഴിയണം; സ്വാംശീകരിക്കുന്നതു ജീവിതാരോഗ്യത്തിന് ഉതകുന്നതാവണമെന്നും നിർബന്ധം വേണം. പരപ്പിലുള്ള വായന പാണ്ഡിത്യപ്രകടനത്തിന് സഹായിക്കും. ആഴത്തിലുള്ളതേ അവനവനും മറ്റുള്ളവർക്കും ഉതകൂ.

എങ്ങനെ ജീവിക്കണം? പിറന്ന് വീഴുമ്പോൾ നാം കരയുന്നു; മറ്റുള്ളവർ ചിരിക്കുന്നു. എന്നാൽ നാം മരിക്കുമ്പോൾ മറിച്ചാവാൻ തക്കവിധം നമുക്ക് ജീവിക്കാൻ കഴിയുമോ? ചിരിച്ചുകൊണ്ട് നമുക്ക് മരിക്കുക; നമ്മെയോർത്ത് മറ്റുള്ളവർക്ക് കരയാൻ തോന്നണം.

ഭർതൃഹരി പറഞ്ഞതാണ് സത്യം. സജ്ജനങ്ങൾ മറ്റുള്ളവർക്കു വേണ്ടി സ്വാർത്ഥം പരിത്യജിക്കുന്നു. സാധാരണക്കാർ സ്വഹിതത്തിനനുകൂലമാണെങ്കിൽ പരഹിതവും ദീക്ഷിക്കുന്നു. സ്വഹിതത്തിനുവേണ്ടി പരഹിതം നശിപ്പിക്കുന്നവർ മനുഷ്യരാക്ഷസരാണ്. എന്നാൽ യാതൊരാവശ്യവും കൂടാതെ പരദ്രോഹം ചെയ്യുന്നവരെ എന്താണ് വിളിക്കേണ്ടത്? ഭർതൃഹരി ചോദിച്ചു നിർത്തുന്നു. ഉത്തരത്തിന് കാത്തു നിൽക്കാതെ.

ഉത്തരം പറയേണ്ടത് നാമോരോരുത്തരുമാണ്. നാമെവിടെ നിൽക്കുന്നു? ജീവിതയാത്രയിൽ വഴി കാണിക്കാനുതകുന്നതാണീ ചിന്ത എന്നു തോന്നുന്നു. ■

എം. ലീലാവതി

(1929-)

തൃശൂർ ജില്ലയിലെ ഗുരുവായൂരിൽ ജനനം. സാഹിത്യ വിമർശക, അധ്യാപിക. മലയാളത്തിൽ പി.എച്ച്.ഡി. നേടി. തുടർന്ന് വിവിധ കോളേജുകളിൽ അധ്യാപികയായിരുന്നു. സാഹിത്യ പ്രവർത്തക സഹകരണ സംഘം ഡയറക്ടർ ബോർഡ് അംഗമായിരുന്നു. കാവ്യജീവിതം, കവിതാരതി തുടങ്ങിയ മികച്ച കൃതികൾ. ഓടക്കുഴൽ അവാർഡ്, കേരള സാഹിത്യ അക്കാദമി ഫെല്ലോഷിപ്പ്, ലളിതാംബിക അന്തർജനം സാഹിത്യ പുരസ്കാരം, എന്നിവ ലഭിച്ചിട്ടുണ്ട്.

ജീവിതം എന്നതിന് സ്വാനുഭവം എന്നു മാത്രം അർത്ഥം കൽപിക്കുന്നില്ല. അനുഭവങ്ങൾ നിരീക്ഷിച്ചു കിട്ടുന്ന അവബോധങ്ങളും സ്വാനുഭവങ്ങൾ തന്നെ. അളവറ്റ സ്നേഹം നൽകിയാലും ഒട്ടും തിരിച്ചു കിട്ടിയില്ലെന്നു വന്നാൽ തീവ്രദ്വേഷം വളരാമെന്ന് എന്റെ അമ്മയുടെ അനുഭവത്തിൽ നിന്നു പഠിച്ചു. അമ്മയുടെ പ്രവൃത്തികളിൽ നിന്നു തന്നെ പഠിച്ച മറ്റൊരു പാഠം: ആവശ്യമുള്ളവർക്ക് എന്തെങ്കിലും - വാക്കോ പ്രവൃത്തിയോ വസ്തുവോ ധനമോ - നൽകാൻ കഴിവുണ്ടാകുന്നതാണ് ഏറ്റവും വലിയ ഭാഗ്യം.

അമ്മയെന്ന നിലയ്ക്ക് എന്റെ അനുഭവപാഠം: മക്കളുടെ സുഖത്തിൽ കവിഞ്ഞൊരു സുഖമില്ല. അവരുടെ നേട്ടങ്ങളിൽക്കവിഞ്ഞൊരു നേട്ടമില്ല. മക്കൾക്കു വേണ്ടി വ്യക്തിപരമായ സുഖങ്ങളും നേട്ടങ്ങളുമൊക്കെ വേണ്ടെന്നു വയ്ക്കാൻ കഴിയും. കുഞ്ഞുങ്ങൾ - ആരുടെ കുഞ്ഞുങ്ങളായാലും - ദുഃഖിക്കുന്നതും കഷ്ടപ്പെടുന്നതും കാണുന്നതിനേക്കാൾ വലിയ വ്യഥയില്ല.

ഏറെ സ്നേഹിച്ച വ്യക്തിയുടെ അകാലവിയോഗം സൃഷ്ടിച്ച മാനസികാഘാതത്താൽ ലോകത്തോടൊട്ടാകെ വെറുപ്പുണ്ടാ യേക്കാമെന്നും സ്നേഹിക്കാനുള്ള കഴിവു തന്നെ നഷ്ടപ്പെട്ടേ ക്കാമെന്നും ഒരു ബന്ധുവിന്റെ അനുഭവത്തിൽ നിന്നു പഠിച്ചു.

മറിച്ച്, സ്നേഹിക്കുകയും ആദരിക്കുകയും ചെയ്ത വ്യക്തി തിരിച്ച് സ്നേഹമോ ചുമതലപ്പെട്ട സംരക്ഷണമോ നൽകാതെ ഉപേക്ഷിച്ചാൽ പോലും അയാളോട് സ്ഥായിയായ വിദ്വേഷം പുലർത്താതെ അന്യർക്ക് തന്നാലാവുന്ന സഹായങ്ങൾ ചെയ്തുകൊണ്ട് ജീവിക്കുന്ന ആൾക്ക് ധന്യതയ്ക്കർഹതയുണ്ടെന്നു മറ്റൊരു ബന്ധു സ്വന്തം ചര്യകൊണ്ട് പഠിപ്പിച്ചു.

വിമർശിക്കുകയും വേദനിപ്പിക്കുകയും ചെയ്ത എതിരാളികൾക്കു പോലും സന്ദർഭം കിട്ടിയാൽ ഉപകാരം ചെയ്യുക എന്ന മധുര പ്രതികാരം ചാരിതാർത്ഥ്യം നൽകുമെന്ന് എന്റെ ഗുരുനാഥനായ 'ജി'യുടെ ചില പ്രവൃത്തികളിൽ നിന്നു പഠിച്ചു.

തീവ്രമായി ഇച്ഛിച്ചതെല്ലാം ലഭിച്ചെന്നു വരില്ല. കിട്ടിയതിൽ തൃപ്തി പൂണ്ട് കഴിഞ്ഞുകൂടുന്നതാണ് മനഃശാന്തിയ്ക്കുതകുക എന്നത് സ്വന്തം അനുഭവപാഠം. ഡോക്ടറാകണമെന്നാശിച്ചു. മാർക്കുണ്ടായിട്ടും പണമില്ലാത്തതുകൊണ്ട് അതു പറ്റിയില്ല. നഴ്സായാലും മതിയെന്നു കരുതി. അത് വീട്ടുകാർക്കും സ്വീകാര്യമായില്ല. ഒടുവിലൊരധ്യാപികയായി. തന്മൂലം ഒരെഴുത്തു കാരിയുമായി. ആദ്യത്തേതിൽ നിന്ന് വളരെ ധന്യത ലഭിച്ചു.

സാധാരണമല്ലാത്ത ഒരു കർമ്മരംഗത്തെത്തിപ്പെടുന്ന സ്ത്രീക്ക് ഭീഷണികളും എതിർപ്പുകളും നേരിടേണ്ടി വരും. പേടിച്ചു പിന്മാറിയാൽ പണി തീരും. ചെയ്യുന്നത് ശരിയെന്ന വിശ്വാസമുണ്ടെങ്കിൽ ഉറച്ചു മുന്നേറണം.

അസൂയയും വിദ്വേഷവുമുള്ള എതിരാളികളോട് ആദരവും സ്നേഹവും പ്രകടിപ്പിക്കുന്നതാണ് നല്ല നയം. ഈ പാഠം പഠിച്ചുവെന്നതിന് അതു പ്രവൃത്തിയിൽ കൊണ്ടു വരുന്നതിൽ വിജയിച്ചുവെന്നർത്ഥമില്ല.

വെറുപ്പും വിദ്വേഷവും കൊണ്ട് അന്യരെ വേദനിപ്പിക്കാൻ ശ്രമിക്കു മ്പോൾ കൂടുതൽ മുറിവേൽക്കുക സ്വന്തം മനസ്സിനു തന്നെയാണ്. ഏതു വിഷയത്തെ കുറിച്ചായാലും നല്ലതും ചീത്തയും പറയാനുണ്ടെന്ന അവസ്ഥയിൽ നല്ലതു പറയുകയും മറ്റതിനെപ്പറ്റി മൗനം കൊള്ളുകയുമാണ് നല്ലത്.

ഫലത്തെക്കുറിച്ചു വേവലാതിപ്പെടാതെ സല്ലക്ഷ്യമുള്ള പ്രവൃത്തി യിൽ മുഴുകിക്കഴിയുന്നതു തന്നെ ഏറ്റവും വലിയ സുഖം. ഗുരു ഉപദേശിച്ചതു പോലെ ആ പ്രവൃത്തി ആത്മസുഖത്തിനായി ആചരിക്കുന്നതായാലും അപരസുഖത്തിനായ് വരണം. മനസ്സിന്റെ കഴിവുകൾ നശിച്ചതിനു ശേഷം ജീവിക്കാനിട വരുന്നതിനേക്കാൾ വലിയ ശാപമില്ല. അനായാസേന മരണം ആണ് വലിയ ജീവിതഭാഗ്യം. ■

സുഗതകുമാരി

(1934-)

തിരുവനന്തപുരത്ത് ജനനം. കവയിത്രി, പരിസ്ഥിതി സാമൂഹ്യപ്രവർത്തക. തത്വശാസ്ത്രത്തിൽ ബിരുദാനന്തര ബിരുദം. തളിര് മാസികയുടെ പത്രാധിപരായും ജവഹർ ബാലഭവന്റെ ഡയറക്ടറായും പ്രവർത്തിച്ചു. വനിതാ കമ്മീഷൻ ചെയർപേഴ്സൺ ആയിരുന്നു. അഭയ, ബോധി തുടങ്ങിയ സംഘടനകളുടെ നേതൃത്വം വഹിക്കുന്നു. അമ്പലമണി, രാത്രിമഴ, സ്വപ്നഭൂമി തുടങ്ങി പതിനഞ്ചോളം കാവ്യ സമാഹാരങ്ങൾ. റേച്ചൽ തോമസ് അവാർഡ്, വൃക്ഷമിത്ര അവാർഡ്, കേരള സാഹിത്യ അക്കാദമി അവാർഡ്, ഓടക്കുഴൽ അവാർഡ്, ആശാൻ പ്രൈസ്, വയലാർ രാമവർമ്മ അവാർഡ് എന്നിങ്ങനെ നിരവധി പുരസ്കാരങ്ങൾക്ക് അർഹയായി.

കാലസ്വരൂപിയായ ഈശ്വരൻ ഏതു ദുഃഖത്തിനും ആശ്വാസമുണ്ടാക്കുമെന്നും ഏതു മുറിവിനും സ്നേഹം മാത്രമാണ് ഔഷധമെന്നും പഠിച്ചു. സ്നേഹത്തിന് ജീവനം എന്ന പേരു നൽകാമെന്നു പഠിച്ചു.
വാർദ്ധക്യം ശരീരത്തിനു മാത്രമാകുമ്പോൾ ബുദ്ധിമുട്ടാകുന്നു. മനസ്സ് തീക്ഷ്ണവേഗത്തോടെ മുന്നിലേയ്ക്കു കുതിക്കും. 'പോരാ പോരാ.

ഇനിയും ഇനിയും - കൂടുതൽ വേഗത്തിൽ കൂടുതൽ അർത്ഥവത്തായി.' ശരീരം കൂടെയെത്താൻ വിഷമിക്കുന്നു. സമയമില്ല എന്ന ഖേദം ബാക്കി.

ചെയ്യാനുള്ളത് കടലോളം അനന്തം. ചെയ്തതോ ഒരു കുമ്പിളു മാത്രവും.

സർവം ദുഃഖം എന്ന് ശ്രീബുദ്ധൻ പറഞ്ഞു. അത് സാമാന്യജനങ്ങളുടേതാണ്. സ്നേഹിച്ചും വേർപിരിഞ്ഞും പ്രിയമായതിനെ മുറുകെ പിടിച്ചും കൈവിട്ടുപോകുമോ എന്നു പേടിച്ചും നിത്യമായ കൈവിട്ടു പോകൽ എന്ന സനാതനസത്യത്തെ എപ്പോഴും ഏതു കൊച്ചുസന്തോഷത്തിന്റെയും പിന്നിൽ നിഴലിച്ചുകണ്ടിട്ടും സംഭീതനാകുന്ന സാധാരണ മനുഷ്യന്റെ തത്ത്വശാസ്ത്രം. അതിനപ്പുറമുള്ള നിരാസക്തിയുടെയും പരമാനന്ദത്തിന്റെയും അദ്വൈതതലത്തിലേയ്ക്കു കയറിച്ചെല്ലുവാൻ എനിക്കിനി പതിനായിരം ജന്മങ്ങൾ വേണ്ടിവരുമല്ലോ.

എന്നെപ്പോലൊരുവൾക്ക് ഇത്രയേറെ ശത്രുക്കൾ എങ്ങനെയുണ്ടായി? വിചിത്രമായ പ്രവർത്തനരീതി കൊണ്ടാവാം. വിദ്വേഷത്തിന്റെ മൂർച്ചയുള്ള കല്ലേറുകൾ ഏറ്റ് മുറിവേൽക്കാറുണ്ട്. ചോരയൊലിക്കാറുണ്ട്. എങ്കിലും പിൻവാങ്ങാതെ ഏതോ മൂഢവിശ്വാസത്തിൽ എന്തൊക്കെയോ ചെയ്തുതീർക്കാൻ വേണ്ടി തിരക്കിട്ടു പായുന്നു. തളർന്നു നിന്നുപോകുന്നു.
ഈശ്വരവിശ്വാസത്തിൽ നിന്നും സ്നേഹത്തിൽ നിന്നും ഊർജ്ജം സംഭരിച്ച് വീണ്ടും മുന്നോട്ടായുന്നു.
ആരോടും വിദ്വേഷം തോന്നാറില്ല. ശത്രുതയ്ക്കു മുന്നിൽ ഉള്ളിൽ അഗാധമായ വിഷാദം മാത്രം.

എന്തൊക്കെയോ വഴിയിൽ വീണുപോയി. നിറങ്ങൾ, മണങ്ങൾ, അഴകുകൾ, അനുരാഗം, മോഹങ്ങൾ, വിശ്വാസങ്ങൾ - ബാക്കിയെന്തുള്ളു എന്ന ചോദ്യത്തിന് മാറാപ്പിലുള്ള കെടാത്ത ഒരുതിരി സ്നേഹം ഞാൻ വിളക്കുപോലെ ഉയർത്തിക്കാട്ടാം. ഇതു മാത്രമേയുള്ളു! നോക്കൂ എന്റെ പക്കൽ മറ്റൊന്നുമില്ല.
എന്റെ കവിതയും എന്റെ ഭ്രാന്തമായ കർമ്മങ്ങളും എന്റെ ക്ലിഷ്ടതരമായ ജീവിതവും സ്നേഹത്തിന്റെ ഒരു നീലവിരിമാറിൽ ചാരി നിൽക്കുന്നു. ■

ഡോ. എൻ.ആർ. മാധവമേനോൻ
(1935-)

തിരുവനന്തപുരം ജില്ലയിൽ ജനനം. ബാംഗ്ലൂരിലെ നാഷണൽ ലാ സ്കൂൾ ഓഫ് ഇന്ത്യ യൂണിവേഴ്സിറ്റിയുടെ സ്ഥാപക ഡയറക്ടർ. ദേശീയ നിയമ കമ്മീഷൻ അംഗമായിരുന്നു. ഇന്ത്യയിലെ മികച്ച നിമജ്ഞൻമാരിൽ ഒരാൾ. കൽക്കത്തയിലെ നാഷണൽ യൂണിവേഴ്സിറ്റി ഓഫ് ജൂറിഡിക്കൽ സയൻസസിന്റെ വൈസ് ചാൻസലർ, പട്നയിലെ ജൂഡീഷ്യൽ അക്കാദമി ഡയറക്ടർ തുടങ്ങിയ സ്ഥാനങ്ങൾ വഹിച്ചു. ഇന്ത്യയിലും വിദേശങ്ങളിലുമുള്ള നിരവധി നിയമോപദേശ സമിതികളിൽ അംഗവും അദ്ധ്യക്ഷനുമായിരുന്നു. ബാർ കൗൺസിൽ ഓഫ് ഇന്ത്യ, ഇന്ത്യൻ നാഷണൽ ബാർ അസോസിയേഷൻ, ഇന്ത്യൻ സൊസൈറ്റി ഓഫ് ക്രിമിനോളജി തുടങ്ങിയവയിൽ നിന്ന് ബഹുമതികളും പുരസ്കാരങ്ങളും നേടി. കോമൺവെൽത്ത് ലീഗൽ എഡ്യൂക്കേഷൻ അസോസിയേഷന്റെ പ്രസിഡന്റായിരുന്നു. ഇപ്പോൾ സി.ഡി.എസ്, ശ്രീചിത്ര സെന്റർ ഫോർ മെഡിക്കൽ സയൻസ് ടെക്നോളജി എന്നിവയുടെ ഭരണസമിതി അദ്ധ്യക്ഷനായി പ്രവർത്തിക്കുന്നു. പത്തോളം നിയമ ഗ്രന്ഥങ്ങളുടെ കർത്താവ്. ഇന്ത്യൻ ബാർ റെവ്യൂ, നാഷണൽ ലാ ഓൾ ജെർണൽ എന്നിവയുടെ എഡിറ്ററായിരുന്നു.

ആത്മാർത്ഥമായുള്ള ശ്രമങ്ങൾ വൈകിയെങ്കിലും ഫലം തരും.

അദ്ധ്യാപകവൃത്തിയിൽ സന്തുഷ്ടരല്ലാത്ത അദ്ധ്യാപകരാണ് വിദ്യാഭ്യാസ രംഗത്തുള്ള തകർച്ചകൾക്കു പ്രധാന കാരണം.

കക്ഷിരാഷ്ട്രീയം വിദ്യാഭ്യാസരംഗത്ത് ഗുണത്തേക്കാളേറെ ദോഷം ചെയ്യും.

വിദ്യാഭ്യാസവും ആരോഗ്യവും മാത്രമാണ് ഏറ്റവും വലിയ സ്വത്ത്.

കർത്തവ്യങ്ങൾ നിർവ്വഹിക്കുന്നവനേ അധികാരങ്ങൾ വേണ്ടവിധം ഉപയോഗിക്കാനാവൂ.

നേരായ നടപ്പിൽനിന്നു മാത്രമേ കാര്യങ്ങൾ ധൈര്യത്തോടെ ചെയ്യാനാവൂ.

സംതൃപ്ത കുടുംബം സമൃദ്ധിക്കും സന്തോഷത്തിനും കാരണം.

മതേതരത്വത്തിൽക്കൂടി മാത്രമേ ഇന്ത്യയ്ക്കു പുരോഗമിക്കാൻ കഴിയൂ.

ഗോപനീയതയാണ് അധികാരദുർവിനിയോഗത്തിന് മൂലകാരണം.

ധനം കൊണ്ടും വിദ്യാഭ്യാസം കൊണ്ടും ഉയർന്ന ആൾക്കാർ ജീവിക്കുന്ന (എല്ലാംകൊണ്ടും) ദരിദ്രരാജ്യമായി വരികയാണ് കേരളം! ■

ജസ്റ്റിസ് കെ.ടി. തോമസ്
(1937-)

കോട്ടയം ജില്ലയിൽ ജനനം. ലേഖകൻ, പ്രഭാഷകൻ. സുപ്രീം കോടതി ജഡ്ജിയായിരുന്നു. മദിരാശിയിലെ നിയമ വിദ്യാഭ്യാസത്തിനു ശേഷം കോട്ടയത്തും ഹൈക്കോടതിയിലും പ്രാക്ടീസ്. 1976ൽ നടന്ന ജില്ലാ ജഡ്ജിമാരുടെ തെരഞ്ഞെടുപ്പിൽ ഒന്നാമനായി. 1985ൽ കേരള ഹൈക്കോടതി ജഡ്ജി. 1996ൽ സുപ്രീം കോടതി ജഡ്ജിയായി 2002ൽ വിരമിച്ചു. നാഷണൽ ഹ്യൂമൻ റൈറ്റ്സ് കമ്മീഷനിൽ നിയമിതനായെങ്കിലും അതു സ്വീകരിച്ചില്ല. 'ന്യായപീഠത്തിലെത്തും മുമ്പ്', Honeybees of solomon തുടങ്ങിയ ഗ്രന്ഥങ്ങൾ രചിച്ചിട്ടുണ്ട്.

പിൽക്കാലത്ത് പ്രയോജനം ഉണ്ടാകും എന്നുള്ള പ്രതീക്ഷ കൊണ്ടു മാത്രം ജോലിയിൽ സത്യസന്ധത പുലർത്തുന്നത് പലപ്പോഴും നിരാശയ്ക്കിട വരുത്തും. ഉടനീളം ജോലിയിൽ സത്യസന്ധത പാലിച്ചവരിൽ പലരും കഷ്ടപ്പെടുകയും ദുരിതം അനുഭവിക്കുകയും ചെയ്യുന്നത് ഒട്ടും അസാധാരണമല്ല. മറിച്ച് ജോലിയിൽ കളവും അഴിമതിയും പുലർത്തിയിട്ടുള്ള പലരും വലിയ കഷ്ടപ്പാടുകളോ ദുരിതങ്ങളോ ഇല്ലാതെ പ്രത്യക്ഷത്തിൽ സുഖമായി ജീവിച്ചെന്നു വരും. സത്യസന്ധത ജോലിയിൽ പുലർത്തേണ്ടത് പരിഷ്കൃതരുടെ കടമ മാത്രമാണ് എന്നുള്ള ദൃഢവിശ്വാസം വളർത്തിയെടുത്താൽ ഒരിക്കലും നിരാശപ്പെടേണ്ടി വരികയില്ല.

യാദൃച്ഛികമായ സംഭവങ്ങളാണ് പലപ്പോഴും ജീവിതത്തിൽ നിർണ്ണായകമായ മാറ്റം വരുത്തുന്നത്. ഞാൻ നിയമം പഠിക്കാൻ തീരുമാനിച്ചതും ബിരുദം കിട്ടിക്കഴിഞ്ഞ് സീനിയർ വക്കീലിനെ തിരഞ്ഞെടുത്തതും ജില്ലാ ജഡ്ജി സ്ഥാനത്ത് എത്തിപ്പെടാൻ കഴിഞ്ഞതും തികച്ചും നിസ്സാരങ്ങളും യാദൃച്ഛികങ്ങളുമായ സംഭവങ്ങളുടെ നിയോഗം കൊണ്ടുണ്ടായ പരിണിതങ്ങളാണ്. ജീവിതം രൂപീകരിക്കപ്പെടുന്നത് മുൻകൂട്ടി തയ്യാറാക്കുന്ന പദ്ധതികളേക്കാൾ കൂടുതൽ യാദൃച്ഛികമായി സംഭവിക്കുന്ന കാര്യങ്ങളെക്കൊണ്ടാണ് എന്നുള്ളതാണ് പഠിച്ച പാഠം.

സാമാന്യം ദീർഘമായി പിന്നിട്ടുകഴിഞ്ഞ ന്യായാധിപ കാലം തിരിഞ്ഞു നോക്കുമ്പോൾ പഠിച്ചത് - ഒരു ന്യായാധിപൻ ഈശ്വരവിശ്വാസിയാകുന്നത് എറ്റവും ഉത്തമമാണ്. ഈശ്വരനോട് ദിനംപ്രതി കണക്കു ബോധിപ്പിക്കുന്ന ഒരു പരിപാടി വളർത്തിയെടുത്താൽ നീതിനിർവ്വഹണം മനഃസാക്ഷിക്കു പോറലേൽക്കാതെ നടത്താൻ സാധിക്കും.

ഒരു ന്യായാധിപനു വേണ്ട ഏറ്റവും നല്ല ഗുണങ്ങളിലൊന്ന് മര്യാദയോടു കൂടിയുള്ള പെരുമാറ്റമാണ്. നാലുതലങ്ങളിൽ ഈ പെരുമാറ്റ മര്യാദ അത്യാവശ്യമാണ്. 1. സഹപ്രവർത്തകർ 2. അഭിഭാഷകർ 3. കീഴ്ജീവനക്കാർ 4. സാക്ഷികൾ ഉൾപ്പെടെയുള്ള കക്ഷികൾ.

രാവിലെയുള്ള നടത്തം ദിനചര്യയാക്കി മാറ്റുന്നതിന് കൂട്ടത്തിൽ നടക്കുന്നതിന് ഒരാളെക്കൂടി കിട്ടിയാൽ മുടങ്ങാതെ നടക്കുന്നതിന് പ്രേരകമാകും. ഈ മാതിരിയുള്ള നടത്തം മനസ്സിനും ശരീരത്തിനും ബുദ്ധിക്കും ഗുണം ചെയ്യും.

മുൻകൂട്ടി തയ്യാറാക്കാതെ പ്രസംഗിക്കുന്നത് ശ്രോതാക്കളോടുള്ള അനാദരവാണ്. ■

അക്കിത്തം അച്യുതൻ നമ്പൂതിരി

(1937-)

പാലക്കാട് ജില്ലയിൽ കുമരനെല്ലൂരിൽ ജനനം. പ്രമുഖ മലയാള കവി. ആകാശവാണിയിൽ സ്ക്രിപ്റ്റ് റൈറ്റർ, എഡിറ്റർ, സംസ്കാർ ഭാരതിയുടെ ഉപാദ്ധ്യക്ഷൻ, ഇടശ്ശേരി സ്മാരക സമിതിയുടെ അധ്യക്ഷൻ എന്നീ നിലകളിൽ പ്രവർത്തിച്ചു. കേരള സാഹിത്യ അക്കാദമി വൈസ് പ്രസിഡന്റായിരുന്നു. സ്പർശമണികൾ, നിമിഷ ക്ഷേത്രം, ഇടിഞ്ഞു പൊളിഞ്ഞ ലോകം മാനസപൂജ, ആലങ്ങാട്ടമ്മ ഇരുപതാം നൂറ്റാണ്ടിന്റെ ഇതിഹാസം, തുടങ്ങി അനേകം കാവ്യ സമാഹാരങ്ങൾ. കേന്ദ്ര സാഹിത്യ അക്കാദമി, കേരള സാഹിത്യ അക്കാദമി, ഓടക്കുഴൽ അവാർഡുകൾ ലഭിച്ചിട്ടുണ്ട്.

എല്ലാവരും ദുഃഖിതർ, ആരെയും നാം
തലോടുകി,പ്പാഴ്പ്പനയോലയെന്യേ
എന്മക്കളേ, പൈതൃകമായി നേടി-
വയ്പീല നിങ്ങൾക്കൊരു ചുക്കുമച്ഛൻ

ഒരു കണ്ണീർക്കണം മറ്റുള്ളവർക്കായ് ഞാൻ പൊഴിക്കവേ
ഉദിക്കയാണെന്നാത്മാവിലായിരം സൗരമണ്ഡലം
ഒരു പുഞ്ചിരി ഞാൻ മറ്റുള്ളവർക്കായ്ച്ചെലവാക്കവേ
ഹൃദയത്തിലുലാവുന്നു നിത്യനിർമ്മല പൗർണ്ണമി

സർവ്വജ്ഞന്മാരില്ല മന്നിൽ സർവ്വസ്വാർത്ഥികളും തഥാ
സർവ്വസന്തുഷ്ടരായിട്ടുമില്ലാരും സർവ്വശക്തരും
ആശിപ്പേനിബ്ഭൂമിനന്നാക്കീടുവാനെങ്കിലാദ്യമായ്
എന്നിലുള്ള കളങ്കത്തെക്കഴുകിക്കളയാവുഞാൻ

പ്രതികാരമഹാമാരി വഹിക്കും ക്ഷീണരോഗികൾ
സുഖമെന്ന മഹാശക്തി വിരചിക്കില്ല ലോകമേ!
നിരുപാധികമാം സ്നേഹം ബലമായി വരും ക്രമാൽ
ഇതാണഴകിതേ സത്യം ഇതു ശീലിക്കൽ ധർമ്മവും

എന്റെയല്ലെന്റെയല്ലിക്കൊമ്പനാനകൾ
എന്റെയല്ലി മഹാക്ഷേത്രവും മക്കളേ,
ഗർഭഗൃഹത്തിലുണ്ടാശ്രിതവാൽസല്യ-
നിർഭരനായൊരാളെന്റെയായെന്റെയായ്

കുട്ടികളയ്യാ നിർവൃതി പെയ്യും
കുട്ടികളല്ലോ ദൈവങ്ങൾ

ആവോ തമസ്സാൽത്തളരുമെൻ നേത്രത്തി-
ലാവിർഭവിക്കുന്ന കണ്ണുനീരേ
നീയാവാമിജ്ജഡബ്രഹ്മാണ്ഡകോടിയിൽ
ജീവാതു കുത്തിയിടുന്ന സൂര്യൻ

നിന്നെക്കൊന്നവർ കൊന്നുപൂവേ
തന്നുടെ തന്നുടെ മോക്ഷത്തെ. ■

ഡോ. എം.ജി.എസ്. നാരായണൻ
(1932-)

പൊന്നാനിയിൽ ജനനം. കേരളത്തിലെ സമുന്നതരായ ചരിത്രകാര ന്മാരിലൊരാൾ. എന്നും വിവാദപുരുഷൻ. കാലിക്കറ്റ് സർവകലാ ശാലയിലെ ചരിത്രവിഭാഗം പ്രൊഫസറായിരുന്നു. ഗവേഷകൻ, ഗ്രന്ഥകാരൻ, പ്രഭാഷകൻ. Cultural Symbiosis in Kerala, Aspects of Aryanisation in Kerala. ഇന്ത്യ ചരിത്ര പരിചയം, സാഹിത്യാപരാധ ങ്ങൾ, കോഴിക്കോടിന്റെ കഥ എന്നിങ്ങനെ പതിമൂന്ന് ഗ്രന്ഥങ്ങൾ. ദേശീയ അന്തർദ്ദേശീയ തലത്തിൽ ആദരണീയൻ. ഇപ്പോൾ ഇന്ത്യൻ കൗൺസിൽ ഓഫ് ഹിസ്റ്റോറിക്കൽ റിസർച്ചിന്റെ ചെയർമാൻ

സമ്പത്തു വാരിക്കൂട്ടാൻ പരക്കം പായുമ്പോഴല്ല സ്നേഹമുള്ളവരുമായി പങ്കിടുമ്പോഴാണ് ജീവിതം സമ്പന്നമാവുന്നത്. സുന്ദരവസ്തു പിടിച്ചുപറ്റി സ്വന്തമാക്കുമ്പോഴല്ല സ്നേഹിക്കുകയും ത്യജിക്കുകയും ചെയ്യുമ്പോഴാണ് സൗന്ദര്യം ആസ്വദിക്കാനാവുന്നത്.

സൃഷ്ടിപരമായി എന്തെങ്കിലും ചെയ്യുന്നതിന്റെ ആഹ്ലാദം അനിർവചനീയമാണ്. അപ്പോൾ സ്വയം മറക്കുന്നു. ഏതു കഷ്ടപ്പാടും രസമാകുന്നു. പക്ഷേ പ്രതിഫലം ആശിക്കുമ്പോൾ ആ രസം നഷ്ടപ്പെടുന്നു. ഉപകാരം ചെയ്താൽ തീർച്ചയായും ഉപദ്രവം പ്രതീക്ഷിക്കണം. ഉപദ്രവം ചെയ്താലാകട്ടെ മനഃസാക്ഷിയുടെ നിത്യപീഡനവും സഹിക്കണം. ഉപകാരം ചെയ്യുകയും ആത്മരക്ഷ കരുതുകയും ആണ് നല്ലത്.

ഭയമാണ് ആയിരം തവണ കൊല്ലുന്നത്. ദാരിദ്ര്യവും കാപട്യവും സൃഷ്ടിച്ചു ജീവിതം നരകമാക്കുന്നത്. ഭയത്തിൽ നിന്നു മോചനം നേടിയാൽ ജീവിതം രസകരമായ ഒരു സാഹസയാത്രയായി മാറുന്നു. വിദ്വേഷവും അസൂയയും അത്യാഗ്രഹവും ആയുധമാക്കി സമത്വസുന്ദരമായ ഒരു സ്വർഗ്ഗം നിർമ്മിക്കാൻ ആവില്ല. അധികാരമോഹികളായ ദുഷ്ടന്മാരാണ് ആളുകളെ ആ വഴിക്കു നയിക്കുന്നത്.

പൊയ്പ്പോയ സന്ദർഭങ്ങളെ ഓർത്തു വ്യസനിക്കുമ്പോൾ പുതിയ സന്ദർഭങ്ങൾ നാം അറിയാതെ കടന്നു പോകുന്നു.

ഒന്നും പ്രതീക്ഷിക്കാതിരുന്നാൽ എന്തു വന്നാലും അതിലുള്ള നല്ല ഭാഗങ്ങൾ എല്ലാം നേട്ടങ്ങളായി കണ്ടു കൊണ്ടാടാൻ കഴിയും.

പ്രപഞ്ചത്തിന്റെ പിന്നിൽ ഒരു മഹാശക്തിയുണ്ടെങ്കിൽ അതിനോടു ഇരക്കുകയും നമ്മുടെ ചെറിയ മോഹങ്ങൾ വിസ്തരിക്കുകയും മുഖസ്തുതി പാടുകയും കൈക്കൂലി കൊടുക്കുകയും ചെയ്യുന്നതെല്ലാം വെറുതെയാണ്.

ജീവിതത്തിന്റെ കടം വീട്ടുന്നത് സ്നേഹം കൊണ്ടും അദ്ധ്വാനം കൊണ്ടുമാണ്. ധ്യാനവും പ്രാർത്ഥനയും ദുർബ്ബലരുടെ മനസ്സമാധാനത്തിനു മാത്രം പ്രയോജനപ്പെടുന്നു. ∎

പ്രൊഫ. എം. അച്യുതൻ
(1930-)

തൃശൂർ വടമയിൽ ജനനം. സാഹിത്യകാരൻ, നിരൂപകൻ. കോളേജ ധ്യാപകൻ, മാതൃഭൂമിയുടെ പബ്ലിക്കേഷൻ മാനേജർ, സ്റ്റേറ്റ് ഇൻസ്റ്റിറ്റ്യൂട്ട് ഓഫ് എൻസൈക്ലോപീഡിക് പബ്ലിക്കേഷൻസിൽ ഡയറക്ടർ, സമസ്ത കേരള സാഹിത്യ പരിഷത്ത് അധ്യക്ഷൻ. മുഖ്യമന്ത്രിയുടെ ചീഫ് പബ്ലിക് റിലേഷൻ ഓഫീസർ എന്നീ നില കളിൽ സേവനം അനുഷ്ഠിച്ചു. പാശ്ചാത്യ സാഹിത്യദർശനം, സ്വാതന്ത്ര്യസമരവും മലയാള സാഹിത്യവും, സമന്വയം, വിവേചനം തുടങ്ങി നിരവധി പഠനഗ്രന്ഥങ്ങളുടെ കർത്താവ്. 'ചെറുകഥ ഇന്നലെ ഇന്ന്' കേരള സാഹിത്യ അക്കാദമി അവാർഡ് നേടി.

കുടുംബത്തിലെ സ്നേഹാന്തരീക്ഷവും സമാധാനവുമാണ് മറ്റെല്ലാറ്റിനേക്കാൾ വലുത്.

തന്റെ ഭാര്യയുടെ കാലിലെ വ്രണമുണങ്ങാൻ താനെഴുതിയതെല്ലാം കത്തിച്ച ഭസ്മം വേണമെന്നായാൽ അങ്ങിനെ ചെയ്യാൻ ഒട്ടും മടിക്കില്ലെന്ന് ഉറൂബ്. ഞാനും ഇക്കാര്യത്തിൽ ഒട്ടും മടിക്കില്ല.

സാഹിത്യമല്ല, ജീവിതമാണ് വലുതെന്ന് ജീവിതം പാഠമരുളുന്നു.

ജീവിതത്തിന്റെ അവസ്ഥാഭേദങ്ങളിൽ, തന്നെ മറ്റുള്ളവരുടെയും അവരെ തന്റെയും സ്ഥാനത്ത് നിർത്തി ചിന്തിക്കുന്നത് വളരെ നല്ലതാണ്.

ആവശ്യങ്ങൾ ചുരുക്കിക്കൊണ്ടുവരുന്നതിൽ സുഖമുണ്ട്.

അപ്രിയസത്യം ശത്രുതയ്ക്കും പ്രിയസത്യം ആത്മവഞ്ചനയ്ക്കും ഇടയാക്കും - ഇതിനിടയിൽക്കിടന്നുള്ള ഉഴൽച്ച ഇടയ്ക്കുണ്ടാവുക അനിവാര്യം.

സുഹൃത്തുക്കൾ ശത്രുക്കളും ശത്രുക്കൾ സുഹൃത്തുക്കളുമായേക്കുമെന്ന വിഭാവനയോടെ ഇരുകൂട്ടരെയും സ്നേഹിക്കുക എന്ന യവനവചനം സാരവത്താണ്.

അർഹിക്കുന്നവരെ വേണ്ടപോലെ സഹായിക്കാൻ കഴിവില്ലാതെ വരുന്നതിൽ ദുഃഖം.

സ്നേഹം സമസ്തജീവിതസാരം - അതു തന്നെ എല്ലാ ദുഃഖങ്ങൾക്കും ഭയങ്ങൾക്കും കാരണം എന്നത് ശാശ്വതസത്യം.

പൊടിയേറ്റു മങ്ങിയത് സ്വയമറിയാത്ത കണ്ണാടിയെപ്പോലെ ചില ബുദ്ധിജീവി ഹിപ്പോക്രാറ്റുകളുണ്ട് - പൊടിപിടിച്ച കണ്ണാടി ബുദ്ധിയുള്ളവർ നോക്കരുതെന്ന വ്യാസോപദേശം ആചരണീയം. ∎

പെരുമ്പടവം ശ്രീധരൻ

(1938-)

മൂവാറ്റുപുഴയ്ക്കടുത്തുള്ള പെരുമ്പടവത്ത് ജനനം. നോവലിസ്റ്റ്, തിരക്കഥാ രചയിതാവ്. ദസ്തേവ്സ്കിയുടെ ജീവിതത്തെ ആധാരമാക്കി രചിച്ച ഒരു സങ്കീർത്തനംപോലെ എന്ന നോവലിലൂടെ ഏറെ ശ്രദ്ധേയനായി. അഷ്ടപദി, അഭയം, എന്റെ ഹൃദയത്തിന്റെ ഉടമ, ഗ്രീഷ്മജ്വാലകൾ തുടങ്ങിയ നിരവധി നോവലുകളുടെയും രചയിതാവ്. പത്തോളം ചലച്ചിത്രങ്ങൾക്ക് തിരക്കഥയെഴുതി. സാഹിത്യ പ്രവർത്തക സഹകരണ സംഘം, കേരള സാഹിത്യ അക്കാദമി എന്നിവയുടെ എക്സിക്യൂട്ടീവ് കമ്മിറ്റി അംഗം എന്നീ നിലയിൽ സേവനമനുഷ്ഠിച്ചു. വയലാർ അവാർഡ്, കേരള സാഹിത്യ അക്കാദമി അവാർഡ് എന്നിവ ലഭിച്ചിട്ടുണ്ട്.

മനുഷ്യനെ സ്നേഹിക്കാൻ അവനിൽ നിന്നു അകന്നു നിൽക്കുകയാണ് നല്ലത്. അത്രയങ്ങ് അടുത്തു ചെല്ലുമ്പോൾ അവന്റെ ഉള്ളിലെ കാടുകളും കയങ്ങളും ചതുപ്പുകളുമൊക്കെ കാണേണ്ടി വരും.

ജീവിതത്തിന് ഒരു നിറമുണ്ടെങ്കിൽ അത് വിഷാദത്തിന്റെ നിറമാണെന്നാണ് എനിക്കു തോന്നുന്നത്. മഹത്തായ ജീവിതങ്ങളുടെ അടിത്തട്ടുകളിൽ ഞാൻ കണ്ടത് അതാണ്.

വേർപാടിനേക്കാൾ വേദനാജനകമാണ് ചിലപ്പോൾ വീണ്ടുമുള്ള ഒരു കണ്ടുമുട്ടൽ. അത്തരം സന്ദർഭങ്ങളിൽ ഹൃദയത്തിന്റെ മുറിവുകളിൽ നിന്നു കണ്ണീരൊഴുകുന്നത് ഞാൻ കണ്ടിട്ടുണ്ട്.

കൊള്ളക്കാരെ അതിശയിക്കുന്ന നേതാക്കന്മാരുടെ ദുർഭരണം സഹിച്ച ഒരു പ്രജ എന്ന നിലയിൽ സകല രാഷ്ട്രീയക്കാരെക്കുറിച്ചും ഒരു അവിശ്വാസമാണ് എനിക്കുള്ളത്. മനുഷ്യൻ രാഷ്ട്രീയത്തിൽ ചെന്നു പെടുമ്പോൾ അവന്റെ ഉള്ളിൽ ഒരു അസുരൻ ജനിക്കുന്നു.

സാഹിത്യകൃതികൾ എനിക്ക് ജീവിതത്തിന്റെ ഭംഗിയും വിശുദ്ധിയും മഹത്വവും കാണിച്ചു തരുന്നു. ജന്മത്തിന്റെ പൊരുളും സുകൃതവും കാണാൻ ഒരു കണ്ണ് നൽകുന്നു.

അഴിക്കാനും പൊട്ടിക്കാനും വയ്യാത്ത കെട്ടുകൾ കൊണ്ട് മനുഷ്യനെ ജീവിതത്തോടു ബന്ധിക്കുന്ന ഒരേർപ്പാടാണ് വിവാഹം. അറിഞ്ഞുകൊണ്ട് ഒരു തടവറയിൽ പ്രവേശിക്കലിനോടും അതിനെ ഉപമിക്കാം.

ദ്രോഹിക്കുന്നവരോടു പകയും വിദ്വേഷവും വേണ്ട. ക്ഷമിക്കുന്നതിൽ ഒരു മഹത്ത്വമുണ്ട്. സഹനങ്ങളാണ് മനുഷ്യനിൽ ഒരു വിശുദ്ധനെ സൃഷ്ടിക്കുന്നത്.

സകലതും കൈയിട്ടുവാരി സ്വന്തമാക്കാൻ നോക്കണ്ട. നിനക്കു ഭക്ഷിക്കാനുള്ള ധാന്യത്തിന്മേൽ നിന്റെ പേരെഴുതിയിട്ടുണ്ട് (ഇത് ഖുർ-ആനിലെ ഒരു വാക്യമാണ്) ആ ധാന്യമേ നിനക്കു ദഹിക്കൂ. ആ ധാന്യമേ ആശിക്കാവൂ.

എളിമയും വിനയവും വിനയായി തീരുന്ന സന്ദർഭങ്ങളുമുണ്ടാകും ജീവിതത്തിൽ ചിലപ്പോൾ. അതുകൊണ്ട് ഉള്ളിന്റെ ഉള്ളിൽ ഒരു ധിക്കാരിയെയും പൊന്നുപോലെ സൂക്ഷിക്കുക.

ഏകാന്തതയിൽ ഇരിക്കുമ്പോൾ പ്രപഞ്ചത്തിലെ എല്ലാറ്റിനോടും ഒരു സ്നേഹബന്ധമുണ്ടാക്കാൻ കഴിയും. മഴയോട്, നിലാവിനോട്, മലയോട്, വഴിയോട്, മരത്തോട്, ആകാശത്തോട്, മേഘത്തോട്, കടലിനോട്, കാലത്തോട്. അവയുമായി ഹൃദയം പങ്കുവയ്ക്കാം. അപ്പോൾ തോന്നും താൻ ഈ ഭൂമിയിൽ ഒറ്റയ്ക്കല്ലെന്ന്. ■

സൂര്യ കൃഷ്ണമൂർത്തി

(1950-)

കോട്ടയം ജില്ലയിൽ ജനനം. കലാസംഘാടകൻ, ചലച്ചിത്രപ്രവർത്തകൻ. തിരുവനന്തപുരം 'സൂര്യ'യുടെ സെക്രട്ടറി. വിക്രം സാരാഭായ് സ്പേസ് സെന്ററിൽ എൻജിനീയറായിരുന്നു. ഇപ്പോൾ പ്രാചീന ക്ഷേത്രകലകളുടെ വളർച്ചക്കായി പ്രയത്നിക്കുന്നു. കെ.എസ്.എഫ്.ഡി.സി. ഡയറക്ടർ, കേന്ദ്ര-സംസ്ഥാന ഫിലിം അവാർഡ് ജൂറികളിലെ അംഗം എന്നീ നിലകളിലും പ്രവർത്തിച്ചു. ഈസ്റ്റ് ആൻഡ് ദ വെസ്റ്റ്, തമസോമ ജ്യോതിർഗമയ, വേലുത്തമ്പി ദളവ തുടങ്ങിയ ദൃശ്യശ്രാവ്യ പരിപാടികൾ സംവിധാനം ചെയ്തിട്ടുണ്ട്.

നമ്മെപ്പറ്റി ദോഷകരമായ പരാമർശങ്ങളും സ്വഭാവഹത്യാപരമായ കാര്യങ്ങളും സമൂഹമദ്ധ്യേ പരത്തുന്നുവെങ്കിൽ, അതിനെ ഒരംഗീകാരമായി കണക്കാക്കുക. നമ്മുടെ ഏതെങ്കിലും സംരംഭത്തിന്റെ വിജയത്തിൽ നിന്നും ഉത്ഭവിച്ചതാണ് ഈ ഗോസിപ്പുകൾ എന്നും മനസ്സിലാക്കുക. ചലിക്കുന്ന ഒന്നിനെപ്പറ്റിയല്ലേ ചർച്ച ചെയ്യാറുള്ളു! ഒരു മൈൽക്കുറ്റിയെക്കുറിച്ച് ആരും ഒന്നും പറയാറില്ലല്ലോ!

എന്റെ അനുഭവത്തിൽ പെണ്ണുങ്ങളേക്കാൾ കൂടുതൽ അസൂയാലുക്കൾ ആണുങ്ങളാണ്! ഒരാളിന്റെ വിജയമോ പ്രശസ്തിയോ മറ്റൊരാളിനു സഹിക്കാവുന്നതിനുമപ്പുറമാണ്. സമൂഹത്തിൽ ഉന്നതസ്ഥാനത്തു നിൽക്കുന്നുവെന്നു നാം കരുതുന്ന പലരും ഇതിൽ നിന്നു ഭിന്നരല്ല.

തിരുവനന്തപുരത്ത് ഒരു പ്രസ്ഥാനമോ സംരംഭമോ വിജയകരമായി നടത്താനാവുമെങ്കിൽ നിങ്ങൾക്ക് ലോകത്തിന്റെ ഏതു ഭാഗത്തും നിസ്സാരമായി അതു നടത്തിയെടുക്കാം. തിരുവനന്തപുരത്ത് പയറ്റിത്തെളിഞ്ഞ ഒരാൾക്ക് ലോകത്തിന്റെ ഏതു മൂലയിലും നിഷ്പ്രയാസം വിജയിക്കാം.

ഏതു പ്രസ്ഥാനത്തിന്റെയും വിജയം ആത്മാർത്ഥതയും സത്യസന്ധവുമായ പ്രവർത്തനമാണ്. പലപ്പോഴും താൽകാലികമായ രക്ഷപ്പെടലിനുവേണ്ടി ഞാൻ കള്ളം പറഞ്ഞിട്ടുണ്ട്. പറഞ്ഞ കള്ളം സത്യമാക്കാൻ വേണ്ടി വീണ്ടും വീണ്ടും വീണ്ടും കള്ളം പറയേണ്ടിയും വന്നിട്ടുണ്ട്. അപ്രിയമായ ഒരു സത്യം പറഞ്ഞാലുണ്ടാകുന്ന വേദന അൽപനേരത്തേക്കു മാത്രമാണ്. ഒരു കള്ളം പറഞ്ഞാലുണ്ടാകുന്ന വേദന ഏറെനാൾ നമ്മെ വേട്ടയാടും.

ഏതെങ്കിലും ഒരു സ്ത്രീ നമ്മെപ്പറ്റി മതിപ്പുളവാക്കുന്ന രീതിയിൽ സംസാരിക്കുകയോ, നമ്മെ പുകഴ്ത്തുകയോ ചെയ്താൽ, നാം കരുതിയിരിക്കുക. ആ സ്ത്രീയുടെ ഭർത്താവോ കൂട്ടുകാരനോ അതുമല്ലെങ്കിൽ ഈ പ്രശംസ കേട്ടു നിൽക്കുന്നവരോ നമ്മുടെ ആജീവനാന്ത ശത്രുക്കളായി മാറുന്നു. ഈ സ്ത്രീ ഒരു സുന്ദരിയും ചെറുപ്പക്കാരിയുമാണെങ്കിൽ ശത്രുതയുടെ കാഠിന്യം കൂടിയെന്നു വരാം.

സിനിമയിലെ നടീനടൻമാർ താരങ്ങളായിട്ടല്ലേ അറിയപ്പെടുന്നത്. എന്റെ അനുഭവത്തിൽ എല്ലാ കലാകാരന്മാരും എല്ലാ സാഹിത്യകാരന്മാരും താരങ്ങളാണ്; തിളങ്ങി നിൽക്കുന്ന നക്ഷത്രങ്ങൾ! അവരുടെ തിളക്കം ആസ്വദിക്കണമെങ്കിൽ അവരെ ദൂരെ നിന്നു മാത്രമേ നോക്കി കാണാവൂ! അടുത്തിടപെട്ടാൽ ചന്ദ്രനിലെയും മറ്റു ഗ്രഹങ്ങളിലെയുമെന്ന പോലെ കുണ്ടും കുഴിയും കണ്ടുവെന്നു വരും. അതു നമ്മുടെ താരസങ്കൽപത്തിനു മങ്ങലേൽപ്പിക്കും.

സ്വാർത്ഥത എന്നത് മനുഷ്യന്റെ കൂടപ്പിറപ്പാണ്. പൊക്കിൾക്കൊടി ബന്ധം അറ്റുകഴിഞ്ഞാൽ അമ്മയും, ഒരു വിഷമാവസ്ഥയിൽ പോറ്റമ്മയും, മധുവിധുവിന്റെ മാധുര്യം കഴിഞ്ഞാൽ ഭാര്യയും, സ്വന്തം കാലിൽ നിൽക്കാറായാൽ മക്കളും, നമ്മെ ഒറ്റപ്പെടുത്തിയെന്നു വരും. ആദർശം പ്രസംഗിച്ചു നടക്കുന്ന പലരും ഒരു വിഷമസന്ധിയിൽ, ആദർശം കൈവിട്ട്, നമ്മെയും ഒറ്റപ്പെടുത്തി, സ്വന്തം കാര്യം മാത്രം നോക്കിയെന്നു വരും. ജീവിതത്തിൽ അടുത്തുപഠിച്ച പാഠമാണിത് - ആദർശമെന്നത് പ്രസംഗിക്കാൻ മാത്രമുള്ളതാണ്.

ഒരു നല്ല പൊതുപ്രവർത്തകൻ ഒരിക്കലും ഒരു നല്ല ഗൃഹനാഥനായിരിക്കുകയില്ല. പൊതുപ്രവർത്തനത്തിൽ നിന്നും അയാൾക്ക് കിട്ടുന്ന സന്തോഷവും ആത്മവിശ്വാസവും ചിലപ്പോൾ സ്വന്തം വീട്ടിൽ നിന്നു കിട്ടിയെന്നു വരില്ല. മഹാത്മാഗാന്ധി ഒരിക്കലും ഒരു നല്ല ഗൃഹനാഥനായിരുന്നില്ലല്ലോ.

സമൂഹത്തിനു വേട്ടയാടാനും പിച്ചിച്ചീന്താനും മാത്രമേ അറിയൂ; ഒരു നായാട്ടുകാരനെപ്പോലെ. തലോടുവാനോ സാന്ത്വനപ്പെടുത്തുവാനോ അതിനറിയില്ല. വേദന തിന്നുന്ന ഒരാളെ കൂടുതൽ വേദനിപ്പിക്കുവാനുള്ള അസാമാന്യമായ കഴിവും സമൂഹത്തിനുണ്ട്. കൊന്നുകഴിഞ്ഞാലും തീരാത്ത പകയുമായാണ് സമൂഹം നീങ്ങുന്നത്, പുതിയ ഇരകളെയും തേടി.

■

കെ. വേണു

(1945-)

തൃശൂർ ജില്ലയിലെ പുല്ലൂറ്റിൽ ജനനം. വിപ്ലവകാരി, ചിന്തകൻ, സാമൂഹിക വിമർശകൻ, എഴുത്തുകാരൻ. സമീക്ഷയുടെ പത്രാധിപരായിരുന്നു. ഗവേഷണാവശ്യത്തിനായി തിരുവനന്തപുരത്തെത്തിയ വേണു ഇൻക്വിലാബ് മാസിക ആരംഭിച്ചു. കേരളത്തിലെ നക്സൽ പ്രസ്ഥാനത്തിന്റെ പ്രാരംഭകരിൽ പ്രധാനി. ഈ പ്രസ്ഥാനവുമായി ബന്ധപ്പെട്ടു പ്രവർത്തിച്ചതിന് അഞ്ചുവർഷം തടവിൽ കഴിയേണ്ടിവന്നു. ഇന്ത്യൻ വിപ്ലവത്തിന്റെ കാഴ്ചപ്പാട്, മാവോ സേതുങ് ആന്റ് ദ ത്രീ ഗ്ലോബൽ പ്രിൻസിപ്പൽസ്, വിപ്ലവത്തിന്റെ ദാർശനിക പ്രശ്നങ്ങൾ, ഒരന്വേഷണത്തിന്റെ കഥ (ആത്മകഥ) എന്നീ കൃതികളുടെ കർത്താവ്.

അന്വേഷണത്തിന്റെ ഫലമായി ലക്ഷ്യമാക്കിയതോ അല്ലാത്തതോ ആയ പാഠങ്ങൾ പഠിക്കുന്നവരും എത്തിപ്പെട്ട അനുഭവങ്ങളിൽ നിന്ന് പാഠം പഠിക്കുന്നവരുമുണ്ട്. തിരിഞ്ഞുനോക്കുമ്പോൾ, എന്റെ ജീവിതത്തിൽ ഈ രണ്ടുരീതിയിലുള്ള അനുഭവപാഠങ്ങളും കാണാൻ കഴിയുന്നുണ്ട്.

അനന്തമായ പ്രകൃതിയും സങ്കീർണ്ണ ജടിലമായ മനുഷ്യസമൂഹവും ചെറുപ്പംമുതലേ എന്റെ അന്വേഷണവിഷയങ്ങളായിരുന്നു. സ്ഥൂലവും സൂക്ഷ്മവുമായ അനന്തത സൃഷ്ടിക്കുന്ന അനന്തമായ സാദ്ധ്യതകളാണ് പ്രകൃതിയെ നിരന്തരം ചലനാത്മകവും പരിണാമപരവും സുന്ദരവുമാക്കുന്നതെന്ന നിരീക്ഷണത്തിൽ കുറേക്കാലമായി ഞാനെത്തിച്ചേർന്നു.

അഹം (ഞാൻ) ബോധം ഇപ്പോഴും എന്റെ അന്വേഷണത്തിൽ വിവരണാതീതമായ ദാർശനിക പ്രശ്നമായി ഉയർന്നു നിൽക്കുന്നു. ഭൗതികവാദം ഈ പ്രശ്നത്തെ അവഗണിക്കുന്നതും ആത്മീയവാദം ഇതിനെ ആത്മാവാക്കി ചുരുക്കി ദാർശനികമായി തടിതപ്പുന്നതും

കണ്ട് വ്യാകുലപ്പെടാൻ തുടങ്ങിയിട്ട് കാലമേറെയായി. ഇതിന് ദാർശനികമായ ഉത്തരം കണ്ടെത്തൽ ഒരു വെല്ലുവിളിയാണെന്ന് ഞാൻ തിരിച്ചറിഞ്ഞിട്ടും കാലം കുറച്ചായി.

പ്രകൃതിയിലെന്നപോലെ സമൂഹത്തിലും നിയമങ്ങൾ പ്രവർത്തിക്കുന്നുണ്ടെങ്കിലും അവ എല്ലായ്പ്പോഴും പൂർവ്വനിർണ്ണീതമായിട്ടല്ല പ്രവർത്തിക്കുന്നത്. പുതുമകൾക്ക് അവസരം നൽകാൻ കഴിയുംവിധമുള്ള അനിശ്ചിതത്വങ്ങൾക്ക് എപ്പോഴും ഇടം ലഭിക്കുന്നു. മനുഷ്യന് ഇടപെടാനും പുതുമകൾ സൃഷ്ടിക്കാനും അങ്ങനെ കഴിയുന്നു. അഥവാ അവന്റെ സ്വാതന്ത്ര്യ സാക്ഷാത്കാരത്തിന് പ്രകൃതിയും സമൂഹവും അവസരമൊരുക്കുന്നു. സ്വന്തമായ ഈ കണ്ടെത്തലിലൂടെ രൂപംകൊണ്ട സ്വാതന്ത്ര്യാവബോധം മുമ്പെന്ന പോലെ ഇന്നും എന്റെ അന്വേഷണങ്ങൾക്ക് കരുത്തു നൽകുന്നു.

പൂർവ്വനിർണ്ണീതമായ നിയമങ്ങളുടെ കരുത്തുതന്നെയാണ് പ്രകൃതിയിലും സമൂഹത്തിലും മുഴച്ചുനിൽക്കുന്നത്. മാറ്റങ്ങളെയെല്ലാം മാറ്റമില്ലായ്മകളായി മാറ്റാൻ എളുപ്പം കഴിയുന്നു. യാഥാസ്ഥിതികത്വത്തിന്റെ വിജയത്തിന് ആധാരം ഇതാണ്. ഈ യാഥാസ്ഥിതികത്വത്തോടുള്ള പോരാട്ടം എന്റെ ജീവിതത്തിന്റെ ചാലകശക്തിയായി തിരഞ്ഞെടുത്തതുകൊണ്ട് സ്വാതന്ത്ര്യാന്വേഷണത്തിന് അർത്ഥം കണ്ടെത്താൻ കഴിയുന്നു.

ഒരു സന്ദർഭത്തിൽ വിപ്ലവകരമായ ഒരാശയമോ പ്രവൃത്തിയോ അതിവേഗം പിന്തിരിപ്പനോ യാഥാസ്ഥിതികമോ ആയിത്തീരുന്നു. പക്ഷേ, ഈ മാറ്റം മനസ്സിലാക്കാൻ അതിൽ ഇടപെടുന്നവർക്കും നിരീക്ഷിക്കുന്നവർക്കും എളുപ്പത്തിൽ കഴിയാറില്ല. മതങ്ങളും സാമൂഹ്യ-രാഷ്ട്രീയ പ്രസ്ഥാനങ്ങളും വിപ്ലവകരമായി തുടങ്ങുകയും അതിവേഗം യാഥാസ്ഥിതികവൽക്കരിക്കപ്പെടുകയും ചെയ്യുന്നു. സൈദ്ധാന്തിക നിരീക്ഷണത്തിലൂടെ എന്നതിലധികം തീക്ഷ്ണമായ സ്വാനുഭവങ്ങളിലൂടെയാണ് ഇത് പഠിക്കാൻ കഴിഞ്ഞത്.

കേരളത്തിലെ പുരോഗമനപ്രസ്ഥാനങ്ങൾ ഇത്തരം മതവൽക്കരണത്തിന് വിധേയമായി ഏകപാർട്ടി സ്വേച്ഛാധിപത്യത്തിന് ജനാധിപത്യത്തിന്റേയും കേന്ദ്രീകൃത സർക്കാർ മുതലാളിത്തത്തിന് സോഷ്യലിസത്തിന്റേയും മുഖംമൂടി അണിയിക്കുന്ന അവസ്ഥയിലേയ്ക്ക് ജീർണ്ണിച്ചപ്പോൾ അത് തിരിച്ചറിയാനും ഈ ആധുനിക പിന്തിരിപ്പത്തത്തെ കുറച്ചൊക്കെ തുറന്നുകാട്ടാനും കഴിഞ്ഞത് (പരാജയ പ്പെടുത്താൻ കഴിഞ്ഞിട്ടില്ലെങ്കിലും) മുകളിൽച്ചൊന്ന തിരിച്ചറിവു നിമിത്തമാണ്.

വിശ്വാസപ്രമാണങ്ങളിൽ കടിച്ചുതൂങ്ങുന്നത് മൂല്യബോധമായി കണക്കാക്കുന്ന ഫ്യൂഡൽ ധാർമ്മികത ശക്തമായി നിലനിൽക്കുന്ന കേരളീയ സമൂഹത്തിൽ നിരന്തരം പുതിയ ചോദ്യങ്ങൾ ഉന്നയിക്കുകയും ഉത്തരങ്ങൾ കണ്ടെത്തുകയും ചെയ്യുക എളുപ്പമല്ല. ഒഴുക്കിനെതിരെ നീന്തുന്ന ഈ പ്രക്രിയ എളുപ്പമല്ലെങ്കിലും സാദ്ധ്യമാണെന്നാണ് എന്റെ അനുഭവം.

പ്രകൃതിയിലും സമൂഹത്തിലും സംഭവിച്ചുകൊണ്ടിരിക്കുന്ന മാറ്റങ്ങൾ കാണാനുള്ള തുറന്ന കണ്ണും ചോദ്യം ചെയ്യാനുള്ള മനസ്സും സജീവമായി നിലനിർത്തുകയാണ് ഒരു വെല്ലുവിളിയായി ഞാൻ ഏറ്റെടുത്തത്. അതിൽ പരാജയപ്പെട്ടിട്ടില്ലെന്നാണ് അനുഭവം. ■

എം.എ. ബേബി

(1954-)

കൊല്ലം ജില്ലയിൽ ജനനം. സി.പി.ഐ(എം) പൊളിറ്റ്ബ്യൂറോ മെംബർ. എസ്.എഫ്.ഐ; ഡി.വൈ.എഫ്.ഐ എന്നിവയുടെ അഖിലേന്ത്യാ പ്രസിഡന്റായിരുന്നു. ഇന്തോ-ക്യൂബൻ ഐക്യദാർഢ്യസമിതി കൺവീനർ. വിദ്യാഭ്യാസ-സാംസ്കാരിക വകുപ്പു മന്ത്രിയായിരുന്നു.

നാം അറിയാതെയും ആവശ്യപ്പെടാതെയും ലഭിച്ചതാണ് ഈ ജീവിതം. രണ്ടുപേരുടെ തീവ്രസ്നേഹമാണ് അതിനു ജന്മം നൽകുന്നത്. സ്വാശ്രയത്വം പ്രധാനമാണ്. എന്നാൽ പരസ്പരാശ്രയത്വവും ആവശ്യമാണ് എന്ന ആദ്യപാഠം നമ്മുടെ ജന്മത്തിൽ നിന്നും പഠിക്കണം. പക്ഷേ ആശ്രിതത്വം അടിമത്തമാണ്.

മനുഷ്യത്വരഹിതമാണ് ചൂഷണവും വിവേചനവും. ചൂഷണം പല തലത്തിലുണ്ട്. മനുഷ്യർ തമ്മിലും, രാഷ്ട്രങ്ങൾ തമ്മിലും. പുരുഷൻ സ്ത്രീയെയും മനുഷ്യൻ പ്രകൃതിയെയും ചൂഷണം ചെയ്യുന്നു. സമത്വത്തിലും സ്വാതന്ത്ര്യത്തിലും അധിഷ്ഠിതമായ സമൂഹം സ്ഥാപിതമാകുമ്പോൾ ഭരണകൂട മർദ്ദകസംവിധാനങ്ങൾ അനാവശ്യമാകും. മനുഷ്യമോചനത്തിന് ത്യാഗം ചെയ്തവരുടെ സ്വപ്നം അപ്പോൾ സാക്ഷാത്കരിക്കപ്പെടും. സ്നേഹത്തിലും നീതിയിലും പ്രകാശിക്കുന്ന ഏകലോകം ഉദയം കൊള്ളും. ആധുനികമായ മാവേലിനാട് ലോകയാഥാർത്ഥ്യമാകും.

അനന്തമായ പ്രപഞ്ചത്തിലെ മിന്നാമിനുങ്ങായ സൂര്യന്റെ സ്നേഹസ്പർശത്തിലാണ് ഹരിതാഭവും ജീവിതസുരഭിലവുമായ ഭൂമി തളിർക്കുന്നത്. പ്രകൃതിസന്തുലനം തകിടം മറിഞ്ഞാൽ (ആഗോളതാപനം) ഭൂമിയും മനുഷ്യജീവനും അണഞ്ഞുപോകും.

ശാസ്ത്ര-സാങ്കേതിക കുതിപ്പിനിടയിൽ ഇതുകൂടി ഓർത്താലേ ഭൂമിക്കും ജീവജാലങ്ങൾക്കും ഭാവിയുള്ളു. നാവിന്റെ രുചിക്ക് മാത്രം ഭക്ഷിക്കരുത്. വായന കേവല ആഹ്ലാദത്തിനായി ചുരുക്കരുത്. കായികശക്തിക്ക് ഭക്ഷണം പോര വ്യായാമവും വേണം. ബുദ്ധിക്ക് പഠനത്തോടൊപ്പം ചിന്തയും വേണം.

അനുഭവസമ്പത്ത് കടംകിട്ടില്ല. വിലയ്ക്ക് വാങ്ങാനാവില്ല. മോഷ്ടിക്കാനും കഴിയില്ല. ജീവിച്ചേ അതു നേടാനാവൂ. ഒപ്പം വായനയിലൂടെയും കലാസ്വാദനത്തിലൂടെയും അത് വർദ്ധിപ്പിക്കാം. അന്യവും അപ്രാപ്യവുമായ സ്ഥലകാലങ്ങളിലെ അപൂർവ്വാനുഭവങ്ങൾ കലാസാഹിത്യാസ്വാദനത്തിലൂടെ സ്വായത്തമാക്കാം.

ഉന്നതമനുഷ്യനിലും തെറ്റിന്റെയോ തിന്മയുടെയോ അംശങ്ങൾ കാണും. നീചനിലും സ്നേഹത്തിന്റെയും നന്മയുടെയും ഉറവകൾ ഉണ്ടാകും. സാമ്പത്തിക-സാമൂഹിക സാഹചര്യങ്ങൾ കൂടിയാണ് ഒരാളുടെ സ്വത്വം രൂപീകരിക്കുന്നത്.

പൊള്ളയായ പുകഴ്ത്തൽ വധമാണ്. അതുകേട്ട് മദിക്കരുത്. സത്യം ഒരിക്കൽ പുറത്തുവരും. ഇത് അപവാദപ്രചരണമെന്ന വ്യക്തിഹത്യയ്ക്കും ബാധകമാണ്.

ബഹുജനാദരവ് പുലർത്തുമ്പോൾത്തന്നെ, മാർക്സ് ഉദ്ധരിച്ചിട്ടുള്ള ദാന്തേയുടെ വചനം വെളിച്ചം പകരുന്നു. 'നിങ്ങൾ നിങ്ങളുടെ വഴിക്ക് പോകുക, ആളുകൾ എന്തും പറഞ്ഞുകൊള്ളട്ടെ.' അത് നീതിക്കുവേണ്ടിയുള്ള സമരപഥമായിരിക്കണമെന്നുമാത്രം. 'കർമ്മണ്യേവാധികാരസ്തേ, മാഫലേഷു കദാചന' എന്ന ഗീതാവചനം വിപ്ലവകാരികൾക്കും പ്രചോദകമാണ്.

ജീവിത അഭിവൃദ്ധിയും വൃത്തിയും പ്രവൃത്തിയിൽ അധിഷ്ഠിതമാണ്. പണിയാളർ വിശ്വശിൽപികളും ഭാവിയുടെ വിധാതാക്കളുമാകുന്നത് അതുകൊണ്ടാണ്.

നീതിയും യുക്തിയും പരാജയപ്പെടുന്നിടത്താണ് ഹിംസ. ഹിംസയിലൂടെ സ്ഥാപിക്കുന്നത്, അതെത്ര മഹത്തും പ്രയോജനപ്രദവുമായാലും, ജനത ആന്തരികമായി സ്വീകരിച്ചില്ലെങ്കിൽ അപ്രസക്തമാകും.

ആത്യന്തികമായി പുതുതായ ഒന്നും സൃഷ്ടിക്കപ്പെടുന്നില്ല. സർവ്വതും മറ്റു രൂപങ്ങളിൽ നിലനിന്നവ തന്നെ. ആവിർഭവിച്ചതൊക്കെ തിരോഭവിക്കും; നിരന്തരം വളർന്ന് വൈരുദ്ധ്യാത്മകമായി പഴയതിനെ നിരസിച്ച് പുതുതായി പരിണമിക്കുന്നവ ഒഴികെ.

പ്രകൃതിയെ കീഴടക്കാൻ ശ്രമിക്കുന്ന മനുഷ്യനുമേൽ പ്രകൃതിയുടെ വിജയമാണ് മരണം. പ്രകൃതിയിലേക്കുള്ള സ്വാംശീകരണമായി തിരിച്ചറിഞ്ഞുകൊണ്ട് എപ്പോഴും എത്താവുന്ന ആ അതിഥിയെ അംഗീകരിക്കുക. ■

സച്ചിദാനന്ദൻ
(1946-)

തൃശൂരിലെ കൊടുങ്ങല്ലൂരിൽ ജനനം. കവി, വിവർത്തകൻ, വിമർശകൻ, അധ്യാപകൻ. നവീനകവിതയുടെ പ്രണേതാക്കളിൽ ഒരാളായി രംഗപ്രവേശം ചെയ്ത സച്ചിദാനന്ദൻ മാർക്സിയൻ പ്രത്യയ ശാസ്ത്രത്തിലൂന്നി പീഡിതരുടെ പ്രതിഷേധവും മോചനയത്നവും കവിതയിലൂടെ ആവിഷ്കരിച്ചു. ഒട്ടേറെ കവിതകൾ വിവിധ ഭാഷ കളിലേക്ക് വിവർത്തനം ചെയ്യപ്പെട്ടു. ഇന്ത്യൻ ലിറ്ററേച്ചറിന്റെ എഡിറ്റർ, കേന്ദ്രസാഹിത്യ അക്കാദമി സെക്രട്ടറി എന്നീ സ്ഥാനങ്ങൾ വഹിച്ചിരുന്നു. ആത്മഗീത, പീഡനകാലം, അപൂർണ്ണം, നെരൂദയുടെ കവിതകൾ എന്നിവ പ്രശസ്ത കൃതികളിൽ ചിലത്.

മറ്റൊരു ജീവിതം ലഭിച്ചാൽ ഇങ്ങനെത്തന്നെയാണോ ജീവിക്കുക എന്ന് ഞാൻ ആലോചിച്ചിട്ടുണ്ട്. വലിയ വ്യത്യാസം ഉണ്ടാകാനിടയില്ല. ചെയ്ത തെറ്റുകളാവില്ല ചെയ്യുക എന്നതാണൊരു പ്രതീക്ഷ. പഴയ ശരികൾ ആവർത്തിക്കുന്ന തിനേക്കാൾ നല്ലത് പുതിയ തെറ്റുകൾ ചെയ്യുകയാണ്.

സിദ്ധാന്തങ്ങൾ മനസ്സിലാക്കാൻ ഏറെ വർഷം ഞാൻ ചെലവിട്ടു. ജീവിതം അവയിലൊന്നും ഒതുങ്ങാത്തവിധം സങ്കീർണ്ണവും വൈരുദ്ധ്യ സങ്കുലവുമാണെന്നു കണ്ടു. എല്ലാ സിദ്ധാന്തങ്ങളും അപൂർണ്ണവും ആപേക്ഷികവുമാണ്.

ചൂഷണലക്ഷ്യത്തോടെയുള്ള സ്നേഹം, സത്യസന്ധമല്ലാത്ത കല, സ്നേഹരഹിതമായ ലൈംഗികത ഇവയെ ഞാൻ വെറുക്കുന്നു.

ഹിംസയിലൂടെ നേടുന്ന പരിവർത്തനങ്ങൾ, വ്യക്തിയിലായാലും സമൂഹത്തിലായാലും താൽക്കാലികമാണെന്ന് പോയ നൂറ്റാണ്ട് നമ്മെ പഠിപ്പിച്ചു. സംഘസത്വത്തിന് മറ്റ് ആവിഷ്കാര മാർഗ്ഗങ്ങളുണ്ട്. പുതിയ ഇച്ഛ, പുതിയ വീക്ഷണം, പുതിയ നീതിബോധം - ഇവയിലൂടെ വേണം മാറ്റമുണ്ടാവാൻ.

ഫാസിസ്റ്റ് ഏകാധിപത്യവും തൊഴിലാളിവർഗ്ഗ സർവാധിപത്യവുമുൾപ്പെടെ എല്ലാ സമഗ്രാധിപത്യ രൂപങ്ങളും മനുഷ്യചിന്തയുടെയും സർഗ്ഗാത്മകതയുടെയും സ്വതന്ത്രവികാസത്തിന് എതിർനിൽക്കുന്നു. ജനാധിപത്യത്തിനേക്കാൾ ഉത്തമമായ ഒരു ഭരണവ്യവസ്ഥയും മനുഷ്യസമൂഹം ആവിഷ്കരിച്ചിട്ടില്ല. അതിനെ സാത്മബോധവും നീതിബോധവുംകൊണ്ട് സാർത്ഥകമാക്കുകയാണാവശ്യം.

മനുഷ്യന്റെ അവസാനത്തെ അഹന്ത താൻ മനുഷ്യനാണെന്നുള്ളതാണ്. ഇതു പൊഴിച്ചുകളയാതെ നമുക്കു വൃക്ഷങ്ങളെയും ജന്തുക്കളെയും സ്നേഹിക്കാനോ അവരുടെ അവകാശങ്ങൾ മാനിക്കാനോ ആവില്ല. പരിസ്ഥിതി സംരക്ഷണത്തിന്റെ അടിസ്ഥാനം ഈ വിനയംകൂടിയാകണം.

ആത്മീയതയ്ക്ക് മതം അനിവാര്യമല്ലാത്തതുപോലെതന്നെ രാഷ്ട്രീയത്തിന് പാർട്ടിയും അനിവാര്യമല്ല. കക്ഷികളിലൊതുങ്ങാത്ത ഒരു രാഷ്ട്രീയമുണ്ട്. പീഡിതരായ മനുഷ്യരുടെയും പ്രകൃതിയുടെയും കാഴ്ചപ്പാടിൽനിന്നു യാഥാർത്ഥ്യത്തെ കാണുന്ന രാഷ്ട്രീയം. പീഡനത്തിനടിസ്ഥാനം വർഗ്ഗം മാത്രമല്ല, വർഗ്ഗം, വംശം, മതം, ജാതി, ലിംഗം, ദേശം എന്നിവയോടൊപ്പം അവയ്ക്കു കുറുകെപ്പോകുന്ന വാർദ്ധക്യം, ഏകാകിത, അശരണത്വം, യുദ്ധഭീതി, നിരർത്ഥകതാഭീതി ഇവയും പീഡനമാകാം.

കവിത, കല പൊതുവെത്തന്നെ, ശാസ്ത്രമോ മതമോ രാഷ്ട്രീയമോ പോലെത്തന്നെ ജീവിതത്തെ അറിയാനുള്ള മാർഗ്ഗമാണ്. ഇതരമാർഗ്ഗങ്ങളോളം തന്നെ സാധുവായ, സ്വച്ഛന്ദമായ, മാർഗ്ഗം. അനുഭവത്തോടും മാദ്ധ്യമത്തോടുമുള്ള സത്യസന്ധതതന്നെയാണ് അതിന്റെ ആധികാരികതയുടെ സ്രോതസ്സ്. സിദ്ധാന്തങ്ങളുടെയോ പ്രത്യയശാസ്ത്രങ്ങളുടെയോ ന്യായീകരണം അതിനാവശ്യമില്ല.

■

ഡോ. സി.കെ. രാമചന്ദ്രൻ
(1926-)

പ്രശസ്ത ഭിഷഗ്വരൻ, വൈദ്യശാസ്ത്ര അധ്യാപകൻ, പ്രൊഫസർ. ആധുനിക വൈദ്യത്തിലും ആയുർവേദത്തിലും കൃതഹസ്തൻ. തത്വചിന്തയിലും സാഹിത്യത്തിലും തൽപരൻ. കോഴിക്കോട് മെഡിക്കൽ കോളേജിൽ നിന്ന് റിട്ടയർ ചെയ്തു. ആയുർവേദത്തിൽ വൈദ്യകലാനിധി ബിരുദവും, എഡിൻബറോ, ഗ്ലാസ്ഗോ, ലണ്ടൻ സർവ്വകലാശാലകളിൽ നിന്ന് എം.ആർ.സി.പി.യും നേടി. 1967ൽ എഡിൻബറോ റോയൽ കോളേജിലെ ഫെല്ലോ ആയി. വൈദ്യ സംസ്ക്കാരം വൈദ്യശാസ്ത്രം നൂറ്റാണ്ടുകളിലൂടെ എന്നീ കൃതികൾ രചിച്ചിട്ടുണ്ട്. ഇപ്പോൾ എറണാകുളത്തു താമസം.

എന്റെ സുഹൃദ്ബന്ധങ്ങൾ നിലനിൽക്കുന്നത് അവ ഉദ്ദേശപൂർവ്വമല്ലാത്തതിനാലാണ്. വെറും സൗഹൃദത്തിലേ ആത്മാർത്ഥത ഉണ്ടാവുകയുള്ളൂ.

വിവാഹം ഒരു യാദൃച്ഛിക സംഭവം. ഞാൻ നോക്കിയത് വിദ്യാഭ്യാസവും സംസ്കാരവും മാത്രം.

രാഷ്ട്രീയം എന്തായാലും ലക്ഷ്യം ജനനന്മയായിരിക്കണം. എനിക്ക് മുമ്പ് കൊച്ചി പ്രജാമണ്ഡലത്തോട് അനുഭാവമുണ്ടായിരുന്നു.

വേദത്തിലും വൈദ്യത്തിലും സാഹിത്യമുണ്ട്. എന്റെ തുടക്കം അതിൽ നിന്നാണ്.

തകർന്ന സ്നേഹബന്ധങ്ങളുടെ അനുഭവം എനിക്കില്ല.

ആചാരം മര്യാദയിൽ നിന്നാണോ മര്യാദ ആചാരത്തിൽ നിന്നാണോ ഉണ്ടായതെന്നു അറിഞ്ഞുകൂടാ. ഒന്നു പറയാം - ആചാരങ്ങളില്ലെങ്കിൽ ജീവിതം ദുസ്സഹമാകും.

വിദ്യാഭ്യാസം ജീവിതത്തെ പരിമളമാക്കുന്നു. അതെന്റെ അനുഭവമാണ്.

ജീവിതം മുതൽ തൊഴിൽ വരെ കലയാണ്. തൊഴിലിൽ കല കാണാത്തവർ ജീവിതത്തിൽ സംതൃപ്തി കണ്ടെത്തുകയില്ല.

സിനിമ സാമൂഹ്യ ജീവിതത്തിന്റെ പ്രതിഫലനമാണ്. അതിലുള്ള നന്മയും തിന്മയും സിനിമയിൽ പ്രതിഫലിക്കും.

ജീവിതത്തിന്റെ ലക്ഷ്യം കർമ്മവും അവസാനം ലയനവുമാണ്. അതു തുടർന്നുകൊണ്ടേയിരിക്കുന്നു. ∎

പുതുശ്ശേരി രാമചന്ദ്രൻ
(1928-)

മാവേലിക്കര വള്ളിക്കുന്നത്തു ജനനം. കവി, ഭാഷാവിദഗ്ധൻ, അധ്യാപകൻ. കണ്ണശ്ശരാമായണത്തിൽ ഗവേഷണം നടത്തി. വിവിധ കോളേജുകളിൽ മലയാളം, അധ്യാപകൻ, കേരള സർവ്വകലാശാല റീഡർ എന്നീ നിലകളിൽ സേവനമനുഷ്ഠിച്ചു. അന്താരാഷ്ട്ര കേരള പഠനകേന്ദ്രത്തിന്റെ ഡയറക്ടർ, ഒന്നാം ലോക മലയാള സമ്മേളനത്തിന്റെ ജനറൽ സെക്രട്ടറി എന്നീ സ്ഥാനങ്ങളും വഹിച്ചി ട്ടുണ്ട്. പുതിയ കൊല്ലനും പുതിയൊരാലയും, ഗ്രാമീണ ഗായകൻ, ശക്തിപൂജ, ആഗ്നേയസ്വാഹ തുടങ്ങി പതിനഞ്ചോളം കാവ്യ സമാഹാരങ്ങൾ. ഉൽസവബലി എന്ന കവിതാ സമാഹാരത്തിന് മൂലൂർ അവാർഡ് ലഭിച്ചു.

മനുഷ്യജീവിതം - ഭൂമിയിൽ ലഭിക്കാവുന്ന
ഏറ്റവും വലിയ വരദാനം.

യുക്തിയുക്തമായി ചിന്തിക്കാനും ദീർഘദൃഷ്ടിയിലൂടെ
ഭാവിക്കുവേണ്ടി ആസൂത്രണം ചെയ്തു
പ്രവർത്തിക്കാനുമുള്ള കഴിവ് മറ്റുള്ളവർക്കുകൂടി
ചെലവിടുമ്പോൾ മനുഷ്യൻ ശരാശരിയിൽ നിന്നുയരുന്നു.

യുഗസ്രഷ്ടാവായ മഹാത്മജിയുടെ കാലത്ത് ജീവിക്കാൻ കഴിഞ്ഞതിൽ എനിക്കതിയായ ചാരിതാർത്ഥ്യമുണ്ട്. വലിയ മനുഷ്യരെപ്പറ്റി അറിയാനും പഠിക്കാനും അവരെ ആദരിക്കാനുമുള്ള സുകാംക്ഷ എന്റെ ജീവിതത്തിന് പ്രകാശം ഇന്നും തരുന്നുണ്ട്.

മഹത്വത്തെ സ്വാംശീകരിക്കാനുള്ള ആഗ്രഹമാണ് ഗുരുത്വം. പ്രപഞ്ചത്തിലെ അണ്ഡകോടികളെല്ലാം ഗുരുത്വാകർഷണത്താൽ നിലനിൽക്കുന്നു. ഭൂഗോളത്തിനുള്ളിൽനിന്ന് അപ്രത്യക്ഷമായിക്കൊണ്ടിരിക്കയാണീ സവിശേഷത. ഗുരു എവിടെ?

ഏതു ത്യാഗത്തിന്റെയും ആത്മശോഭ. കടുത്ത പിടിവാശിയിൽ സ്വാർത്ഥമാകുന്നു. വജ്രം കരിക്കട്ടയാകുമോ?

തലമുറകൾക്ക് മാതൃകയാവാൻ ആഹ്വാനം ചെയ്താലായില്ല. ജീവിതം കൊണ്ടു കാണിച്ചുകൊടുത്തതേ പ്രയോജനപ്പെടൂ.

പൊള്ളയായ പ്രശംസാവാക്കുകൾ വെറും കള്ളയൊപ്പുകളാണ്. തനതു വ്യക്തിത്വത്തിന്റെ വിരലടയാളങ്ങളേ വിശ്വസനീയമായുള്ളൂ. കാലം കടുത്ത പരീക്ഷകനാണ്. കണ്ടെഴുതിയോ കോപ്പിയടിച്ചോ കടന്നുപോകാനാവില്ല. അവിടെ എല്ലാ മൂടുപടവും പൊളിഞ്ഞുവീഴുന്നു. നമ്മുടെ വാക്കുകളിലും പ്രവൃത്തികളിലും നമ്മുടെ മുഖച്ഛായ അറിയാതെ പതിഞ്ഞുകിടപ്പുണ്ട്. അതു നാം ഓർക്കാറില്ല.

നല്ല മനുഷ്യനായിരുന്നു അയാൾ എന്ന് ഓർക്കുന്നതാണ് നല്ല സാഹിത്യകാരനായിരുന്നു എന്നു പറയുന്നതിനേക്കാൾ ഞാൻ ആഗ്രഹിക്കുന്നത്. നന്മയുടെ മുമ്പിലേ എന്റെ വാക്കുകൾ വിരിയാറുള്ളൂ; പൂക്കളാവാറുമുള്ളൂ.

മുമ്പൊരിക്കലെഴുതിപ്പോയ വരികൾ ഓർക്കുന്നു:-
'കാരകിലെന്നോ മർത്ത്യജീവിതം?
അല്ലല്ലിതു
കാലമെൻ കൈയിൽത്തന്ന
ഹരിചന്ദനമല്ലോ!
കരിച്ചുപുകച്ചിതു കരിയാക്കില്ലാ:
പരുപരുപ്പിലുരച്ചുരച്ചുയരും സുഗന്ധത്തെ
നീറുമെന്നാത്മാവിന്നുമാത്മാവു നൽകും
തീരാവേദനയുടെ
തിരുനെറ്റിയിൽ ചാർത്തിക്കും ഞാൻ' ■

സേതു

(1942-)

എറണാകുളം ജില്ലയിലെ ചേന്ദമംഗലത്ത് ജനനം. പൂർണനാമം എ.സേതുമാധവൻ. സാഹിത്യകാരൻ, മാനേജ്മെന്റ് വിദഗ്ദൻ. ആധുനിക നോവൽ, ചെറുകഥ രംഗത്ത് നൽകിയ മികച്ച സംഭാവനകൾ കൊണ്ട് ശ്രദ്ധേയൻ. ബിരുദാനന്തരം ബാങ്കിങ്ങ് രംഗം തിരഞ്ഞെടുത്തു. സൗത്ത് ഇന്ത്യൻ ബാങ്കിന്റെ ചെയർമാൻ ആയിരുന്നു. നവഗ്രഹങ്ങളുടെ തടവറ, ഞങ്ങൾ അടിമകൾ, വിളയാട്ടം തുടങ്ങിയവയാണ് പ്രമുഖ നോവലുകൾ. പാമ്പും കോണിയും, ദൂത് എന്നിവയാണ് പ്രമുഖ ചെറുകഥകൾ. പേടി സ്വപ്നങ്ങൾ എന്ന ചെറുകഥാ സമാഹാരത്തിനും പാണ്ഡവപുരം എന്ന നോവലിനും കേരള സാഹിത്യ അക്കാദമി അവാർഡ് ലഭിച്ചു.

പത്തൊമ്പതാമത്തെ വയസ്സിൽ ഇറങ്ങിയതാണ്.
തുറന്ന മൈതാനത്തേക്ക്. ജീവിതം പഠിപ്പിച്ച
ഏറ്റവും വലിയ പാഠം - മനസ്സ് നന്നായിരിക്കണം,
വലുതായിരിക്കണം.

ജീവിതം വഴിമുട്ടി നിന്ന എത്രയോ സന്ദർഭങ്ങൾ.
പക്ഷേ ഓരോ വഴിത്തിരിവിലും ഏതോ മഹാശക്തി
തീരെ അറിയാത്ത ഏതൊക്കെയോ വഴികളിലൂടെ
തെളിച്ചുകൊണ്ടു പോകുന്നതായി അനുഭവപ്പെട്ടിട്ടുണ്ട്.

സമ്മർദ്ദങ്ങളും സംഘർഷങ്ങളും നേരിടുമ്പോഴാണ്
മനസ്സ് കൂടുതൽ ജാഗ്രതയോടെ പ്രവർത്തിക്കുന്നതെന്ന്
തോന്നാറുണ്ട്. എവിടുന്നോ ഒരുപാട് വീര്യവും കരുത്തും
പകർന്നു കിട്ടുന്നു.

ഔദ്യോഗിക ജീവിതത്തിൽ ഞാൻ പ്രായോഗികതയിൽ
വിശ്വസിക്കുന്നു. തണുത്ത, കടുത്ത പ്രായോഗികത.
ആവുന്നത്ര സുതാര്യത ഓരോ കാര്യത്തിലും.
ആൾക്കൂട്ടത്തിന് കൂടെ വന്നേപറ്റൂ.

മാനേജ്മെന്റും സർഗ്ഗാത്മകമായ പ്രവർത്തനം തന്നെയാണ്.
നല്ല മേധാവിക്ക് സ്വപ്നം കാണാൻ കഴിയണം.

എഴുത്തുകാർ എന്നെ ബാങ്കുകാരനായി കാണുന്നു;
ബാങ്കുകാർ എഴുത്തുകാരനായും.

മര്യാദ നഷ്ടപ്പെട്ടുകൊണ്ടിരിക്കുന്ന ഒരു സമൂഹത്തിൽ
മര്യാദയോടെയുള്ള പെരുമാറ്റം ബലഹീനതയായി
വ്യാഖ്യാനിക്കപ്പെടാറുണ്ട് പലപ്പോഴും;
അഹന്ത ശക്തിയുടെ പ്രതീകമായും.

എന്റെ പ്രവർത്തനമേഖലകൾ യഥാർത്ഥവും
അയഥാർത്ഥവുമായ രണ്ടു തലങ്ങളിൽ ഒന്നിൽ നിന്ന്
മറ്റേതിലേക്കുള്ള മാറ്റം, മനസ്സിന്റെ പാകപ്പെടൽ,
ഒക്കെ ശീലമായിരിക്കുന്നു.
സ്വിച്ചോണും സ്വിച്ചോഫും അസാദ്ധ്യമൊന്നുമല്ല.

കൂട്ടിക്കിഴിച്ചു നോക്കിയാൽ തരക്കേടില്ലാതെ പോയ
ജീവിതം. പക്ഷേ, ഒന്നും വേണ്ടതുപോലെ ആയില്ലെന്ന
തോന്നൽ മാത്രം ബാക്കി. എല്ലാം ആദ്യമേ ഒന്നുകൂടി
തുടങ്ങാൻ കഴിഞ്ഞെങ്കിൽ! ∎

സമ്പാ: ടി.എൻ. ജയചന്ദ്രൻ

സാറ തോമസ്

(1934-)

തിരുവനന്തപുരത്ത് ജനനം. ചെറുകഥാകൃത്ത്, നോവലിസ്റ്റ്. 34-ാം വയസ്സിൽ ആദ്യനോവൽ പുറത്തിറങ്ങി - ജീവിതം എന്ന നദി. സാറാ തോമസിന്റെ മുറിപ്പാടുകൾ എന്ന നോവൽ പി.എ. ബക്കർ മണിമുഴക്കം എന്ന പേരിൽ സിനിമയാക്കി. നാർമടിപ്പുടവ, ഗ്രഹണം, അഗ്നിശുദ്ധി, ഉണ്ണിമായയുടെ കഥ തുടങ്ങി ഇരുപതോളം നോവലുകൾ രചിച്ചി ട്ടുണ്ട്. ഒറ്റപ്പെട്ട നിമിഷങ്ങൾ, തെളിയാത്ത കൈരേഖകൾ എന്നിവ യാണ് പ്രധാന ചെറുകഥാ സമാഹാരങ്ങൾ. നാർമടിപ്പുടവയ്ക്ക് കേരള സാഹിത്യ അക്കാദമി അവാർഡ് ലഭിച്ചു.

ഒരു ജീവിതത്തിൽ വന്നു ഭവിക്കുന്ന കോട്ടങ്ങൾക്കും നേട്ടങ്ങൾക്കും ആപേക്ഷിക മൂല്യം മാത്രമേയുള്ളൂ. വിരുന്നു കാരെപ്പോലെ അവ വരുന്നു - കുറേക്കാലം നമ്മെ സന്തോഷി പ്പിച്ചുകൊണ്ടോ വേദനിപ്പിച്ചുകൊണ്ടോ കൂടെ തങ്ങുന്നു - പിന്നെ നമ്മൾ പോലും അറിയാതെ കടന്നു പോകുന്നു. എങ്കിലും ഈ സത്യം, അത് അർഹിക്കുന്ന നിസംഗതയോടെ നോക്കിക്കാണാൻ എനിക്ക് ഇപ്പോഴും ആകുന്നില്ല.

സ്ത്രീ പുരുഷ ബന്ധങ്ങൾ വിവാഹം എന്ന ബന്ധനത്തിൽ ഒതുക്കി ഉറപ്പിക്കേണ്ടത് സമൂഹത്തിന്റെ ആരോഗ്യകരമായ

നിലനിൽപിന് ആവശ്യമാണ്. അതു കൊണ്ടു തന്നെയാവണം പ്രാകൃത മനുഷ്യൻ കൂട്ടംകൂടി ജീവിക്കാൻ തുടങ്ങിയപ്പോൾ മുതൽ ഇത്തരം ചില വ്യവസ്ഥകൾ നമ്മുടെ ജീവിതചര്യയിൽ ഉൾപ്പെടുത്തിയത്. ഇങ്ങനെയൊക്കെയാണെങ്കിലും വിവാഹം പലപ്പോഴും ദയനീയമായി പരാജയപ്പെടുന്നു എന്നതാണ് വാസ്തവം! വിജയകരമായ ദാമ്പത്യം ഒരു അസുലഭ ഭാഗ്യം തന്നെയാണ് - ദൈവത്തിന്റെ വരദാനം! നിരന്തരമായ വിട്ടുവീഴ്ചകൾക്കും പൊരുത്തപ്പെടലുകൾക്കും ഇരുകൂട്ടരും തയ്യാറായാൽ നേടാവുന്നതേയുള്ളൂ എന്ന് സാമൂഹ്യശാസ്ത്രജ്ഞന്മാരുടെ മതം!

ആത്മാർത്ഥ സുഹൃത്തുക്കൾ ജീവിതത്തിലെ വിലമതിക്കാനാവാത്ത മുതൽക്കൂട്ടുകളാണ്. ദുഃഖഭാരങ്ങൾ ഇറക്കിവയ്ക്കാനുള്ള അത്താണികൾ - ജീവിതത്തിൽ ഇരുൾ പരക്കുമ്പോൾ വെളിച്ചം വിതറുന്ന വിളക്കുകൾ! സുഹൃദ്ബന്ധങ്ങളുടെ സുഗമമായ നിലനിൽപിന് വിട്ടുവീഴ്ചകൾ ആവശ്യമാണ്. കണക്ക് വയ്ക്കാതെ സ്നേഹം പങ്കിട്ടാൽ അളവില്ലാതെ മടക്കി കിട്ടുക തന്നെ ചെയ്യും.

'മറ്റുള്ളവർ നിങ്ങളോട് എങ്ങനെ പെരുമാറണമെന്ന് ഇച്ഛിക്കുന്നുവോ അതുപോലെ അവരോടും ചെയ്യുക' - യേശുദേവന്റെ ഈ വാക്കുകൾ വിജയകരമായ മനുഷ്യബന്ധനത്തിലേക്കുള്ള താക്കോൽ (Password) ആണെന്ന് ഞാൻ വിശ്വസിക്കുന്നു. വചനത്തിന്റെ ലാളിത്യം നമ്മെ പൊടുന്നനെ സ്വാധീനിക്കാൻ പോന്നതാണ്. പക്ഷേ ആഴത്തിൽ കടക്കുമ്പോഴോ - വിളറി പിന്മാറി പോകുന്നു - ഇല്ലേ?

യഥാർത്ഥ കലാസൃഷ്ടി ഒരു വ്യക്തിയുടെ ആത്മാവിഷ്കാരമാണ് - ചില ചട്ടക്കൂടുകളിൽ അത് ഒതുക്കണമെന്നു ശഠിക്കാനാവില്ല - കലാകാരന്റെ സംസ്കാരം അയാളുടെ സൃഷ്ടിയിൽ പ്രതിഫലിക്കും - സമൂഹത്തിന് സ്വീകാര്യമല്ലാത്തത് നിരാകരിക്കുവാനുള്ള സ്വാതന്ത്ര്യമുണ്ടല്ലോ.

ഇന്ത്യൻ രാഷ്ട്രീയത്തിൽ ഇന്ന് ആദർശമെന്നൊന്നില്ല. സ്വാതന്ത്ര്യ പ്രാപ്തിയ്ക്ക് ശേഷമുള്ള ഈ വർഷങ്ങളിൽ അത് കുറേശ്ശെ കുറേശ്ശെയായി നമ്മുടെ മനസ്സുകളിൽ നിന്നു ചോർന്നു പോയിരിക്കുന്നു. ഇന്ന് തന്ത്രം മെനയുന്ന ഉപജാപസംഘങ്ങളുടേയും കുതികാൽവെട്ടികളുടേയും കൊള്ളക്കാരുടേയും ഒക്കെ താവളമാണ് രാഷ്ട്രീയം. ഒരു മഹാവിപത്തിലേക്ക് നാടു കുതിക്കയാണെന്ന് തോന്നിപ്പോകുന്നു - രക്ഷയുടെ മാർഗ്ഗം നമുക്കു കാട്ടിത്തരാൻ ഒരു പ്രവാചകൻ ഉദയം ചെയ്യുമെന്ന് ആശിക്കാനാകുമോ? ■

ഡോ. ടി.കെ. രവീന്ദ്രൻ

(1932-)

തൃശൂർ ജില്ലയിലെ എടമുട്ടത്ത് ജനനം. വിദ്യാഭ്യാസവിചക്ഷണൻ, ചരിത്രകാരൻ, ഗ്രന്ഥകാരൻ. ചരിത്രത്തിൽ ബിരുദാനന്തര ബിരുദ ത്തിനുശേഷം യൂണിവേഴ്സിറ്റി അധ്യാപകനായും വകുപ്പുമേധാവി യായും പ്രവർത്തിച്ചു. കാലിക്കറ്റ് സർവ്വകലാശാല വൈസ്ചാൻസലർ ആയിരുന്നു. ഇംഗ്ലീഷിലും മലയാളത്തിലും ചരിത്രഗ്രന്ഥങ്ങൾ രചിച്ചിട്ടുണ്ട്. ജേർണൽ ഓഫ് കേരള സ്റ്റഡീസിന്റെ എഡിറ്ററയിരുന്നു. Malabar Under Bombay Presidency തുടങ്ങി അക്കാദമിക ഗ്രന്ഥങ്ങൾ ഇംഗ്ലീഷിലും, നാലു ചരിത്ര ഗ്രന്ഥങ്ങൾ മലയാളത്തിലും മൂന്നു മലയാള പഠന ഗ്രന്ഥങ്ങളും നാല് കവിതാസമാഹാരങ്ങളും. Accidently Yours അവാർഡിനു തെരഞ്ഞെടുക്കുകയും Poet of the year, Poet of Merit ആയി തെരഞ്ഞെടുക്കുകയും ചെയ്തു.

വൈരൂപ്യവും അധർമ്മവും കാണാതിരിക്കാൻ കണ്ണുകെട്ടിയിട്ടു കാര്യമില്ല. അവയോടൊപ്പം സൗന്ദര്യവും ധർമ്മവും കാണപ്പെടാതെ പോകും. ധർമ്മം എന്താണെന്നറിഞ്ഞിട്ടും അതിനൊത്തു പ്രവർത്തിക്കാൻ സാധിക്കുന്നില്ല. അധർമ്മം എന്താണെന്നറിഞ്ഞിട്ടും അതിൽനിന്ന് മുക്തനാവാൻ സാധിക്കുന്നില്ല എന്ന മനുഷ്യന്റെ അവസ്ഥ എത്ര ദയനീയം! ഈ നിസ്സഹായത ഉണ്ട് ഉറങ്ങുന്ന എന്നെ ഒന്നും പഠിപ്പിക്കാനായില്ല., ഞാനതിനെ പഠിപ്പിച്ചതേയുള്ളൂ. കാര്യമിതാണ്: ധർമ്മത്തിന്റെ വഴിയിൽനിന്ന് തെറ്റി ബഹുദൂരം പോയവനെ തിരിച്ചുകൊണ്ടുവരാൻ അധർമ്മത്തിന്റെ വഴിയേ ഓടേണ്ടിവരും. അതു ധർമ്മാനുഷ്ഠാനമാണ്. ഓടുന്ന വണ്ടിയിൽ ഓടാതെ അടങ്ങിയിരിക്കുക. വേഗത്തിൽ ലക്ഷ്യമെത്താൻ വേറെ മാർഗമില്ല. ∎

ഗ്രേസി
(1951-)

എഴുത്തുകാരി, അധ്യാപിക, കഥാകൃത്ത്. സ്ത്രീത്വത്തിന്റെ അനുഭവലോകങ്ങളെ ആസ്വാദകരിലേക്ക് ആവാഹിക്കുന്ന വയാണ് ഗ്രേസിയുടെ രചനകൾ. പടിയിറങ്ങിപ്പോയ പാർവതി, നരകവാതിൽ, ഭ്രാന്തൻ പൂക്കൾ എന്നീ കഥാസമാഹാരങ്ങൾ. ലളിതാംബിക അന്തർജ്ജനം സ്പെഷൽ അവാർഡും തോപ്പിൽ രവി അവാർഡും ലഭിച്ചിട്ടുണ്ട്.

മനുഷ്യനോളം കാപട്യമുള്ള ഒരു ജീവി ഭൂമിയിൽ ഇതുവരേയും ഉണ്ടായിട്ടില്ല.

അപ്രിയസത്യം പറയരുത് എന്ന നീതിസാരത്തോട് എനിക്കു യോജിപ്പില്ല. ഈ കാഴ്ചപ്പാട് ശത്രുക്കളെ സൃഷ്ടിക്കുമെങ്കിലും ജീവിതത്തിന്റെ നേർവഴി അതാണ്.

മതവിശ്വാസമോ ഈശ്വരവിശ്വാസമോ ഉണ്ടായാലും മനുഷ്യൻ നന്നാവണമെന്നില്ല. തന്നെയല്ല, മതത്തിന്റെയും ഈശ്വരന്റെയും പേരിലാണ് ലോകത്തിലെ ഏറ്റവും വലിയ ക്രൂരകൃത്യങ്ങൾ പലതും സംഭവിച്ചിട്ടുള്ളത്.

സ്നേഹത്തിന്റെ മറുവശം സ്വാർത്ഥതയാണ്. ജീവിതത്തിൽ എന്തിനും ഇങ്ങനെയൊരു മറുപുറമുണ്ട്.

ഒപ്പത്തിനൊപ്പം നിൽക്കാനുള്ള ത്വരയില്ലെങ്കിൽ ജീവിതത്തിലെ പല ദുരന്തങ്ങളും ഒഴിവാക്കാം.

ആരോഗ്യമാണ് ഏറ്റവും വലിയ ധനം. രോഗാതുരമായ ശരീരം ജീവിതത്തെക്കുറിച്ചുള്ള കാഴ്ചപ്പാട് ആകെ മാറ്റിക്കളയും.

അധികാരത്തിലേറിക്കഴിഞ്ഞാൽ എല്ലാ രാഷ്ട്രീയപ്പാർട്ടികൾക്കും ഒരേ മുഖമാണ്.

എല്ലാ മൂല്യങ്ങളും കീഴ്മേൽ മറിച്ചവർ മൂല്യശോഷണത്തെക്കുറിച്ച് പ്രസംഗിക്കുന്നു എന്നതാണ് ഈ കാലഘട്ടത്തിന്റെ ദുരന്തം.

ഇനി ജീവിതം ആദ്യംമുതലേ തുടങ്ങാൻ ഒരു വരം കിട്ടിയാലും ഞാൻ ഇതേവഴിയൊക്കെ നടന്ന് ഒടുവിൽ ഇവിടെത്തന്നെ എത്തും. പിന്തിരിഞ്ഞുനോക്കി 'ഹാ! കഷ്ടം!' എന്നു വിലപിക്കുകയും ചെയ്യും. ∎

ബാബു പോൾ

(1941-)

എറണാകുളം ജില്ലയിലെ കുറുപ്പംപടിയിൽ ജനനം. എഴുത്തുകാരൻ, പ്രസംഗകൻ. ഐ.എ.എസ്. ഉദ്യോഗസ്ഥനായിരുന്നു അഡീഷനൽ ചീഫ് സെക്രട്ടറി പദത്തിൽ നിന്നും വിരമിച്ചു. കൊച്ചിൻ പോർട്ട് ട്രസ്റ്റ് ചെയർമാൻ, ഹാന്റ്‌ലൂം കോർപറേഷൻ, ടൈറ്റാനിയം പ്രൊഡക്റ്റ്സ് എന്നിവയുടെ മാനേജിങ് ഡയറക്ടർ, കെ.എസ്.ആർ.ടി.സി. കോർപറേഷൻ ചെയർമാൻ തുടങ്ങിയ പ്രമുഖ സ്ഥാനങ്ങളിൽ നിയമിതനായി. ബൈബിളിനെ ആധാരമാക്കി രചിച്ച വേദശബ്ദ രത്നാകരം എന്ന ഗ്രന്ഥത്തിന് നിരവധി പുരസ്കാരങ്ങൾ ലഭിച്ചു.

സത്യസന്ധത ഏറ്റവും നല്ല തത്ത്വം അല്ലെന്ന് വാദിച്ചാൽ പോലും ഏറ്റവും നല്ല നയം ആണ് എന്ന് അംഗീകരിക്കുകയാണ് ബുദ്ധി.

വിജയങ്ങൾ അപജയങ്ങളുടെ അടിത്തറ: അപജയങ്ങൾ വിജയങ്ങളുടെ മുന്നോടി.

അന്ധത അംഗീകരിക്കുകയാണ് പ്രകാശത്തിലേക്കും കാഴ്ചശക്തിയിലേക്കും ഉള്ള ആദ്യപടി.

ആവശ്യത്തിലേറെയുള്ള സ്വത്ത് അന്യന് അവകാശപ്പെട്ടതാണ്.

മതമേതായാലും മനുഷ്യൻ നന്നാകണം; മനുഷ്യനെ മാലാഖയാക്കാത്ത മതം മതമല്ല.

മതത്തിന് മൂന്ന് ഘടകങ്ങൾ: ആസ്തിക്യബോധം, ഈശ്വരനെക്കുറിച്ചുള്ള അറിവും ആരാധനയ്ക്കുള്ള അനുഷ്ഠാനവിധികളും. ധർമ്മബോധനം. ഒന്നും മൂന്നും ഒന്ന് തന്നെ എല്ലാ മതങ്ങളിലും; രണ്ടാമത്തേതിലെ ഭേദം മതങ്ങൾ തമ്മിൽ ഭേദം കൽപിക്കാൻ മാത്രം വലിയ ഭേദം അല്ലതാനും. അതുകൊണ്ട് മതസാരമേകം എന്നത് യുക്തിഭദ്രമായ ചിന്തയാണ്; ഭംഗിവാക്കല്ല.

മന്ത്രി ഇ. ചന്ദ്രശേഖരൻനായരാകുന്നത് വാർത്തയാണ്; ഉദ്യോഗസ്ഥൻ ജയചന്ദ്രനാകുന്നത് വാർത്തയല്ല എന്നാണ് സമൂഹം ഇപ്പോഴും കരുതുന്നത് എന്നതത്രെ സിവിൽ സർവ്വീസിന്റെ ഭാവിയെക്കുറിച്ച് പ്രത്യാശ നൽകുന്നത്.

മക്കളെ മക്കളാക്കുന്നത് റാങ്കല്ല. മക്കൾക്കിടയിൽ റാങ്ക് പാടില്ല താനും.

ഒരു യജമാനനും ഭൃത്യനല്ലെങ്കിൽ യജമാനനാവുകയില്ല. ഈശ്വരൻ യജമാനനാകുന്നത് സൃഷ്ടിയുടെ ഭൃത്യനാകുന്നതിലൂടെയത്രെ.

സുഖം നന്മയാണോ ദുഃഖം ദോഷമാണോ എന്നൊന്നും ഈ ജന്മത്തിൽ ആയിരിക്കുവോളം നാം അറിയുകയില്ല. ഇന്ന് സുഖമെന്ന് കരുതുന്നത് ദുഃഖമാണെന്ന് നാളെയാവാം അറിയുക; ഇന്നത്തെ ദുഃഖം ദുഃഖമല്ലെന്നറിയുന്നതും അങ്ങനെ തന്നെ. ആ 'നാളെ' നാം ജീവിച്ചിരിക്കുമ്പോൾ തന്നെ വന്നുകൊള്ളണമെന്നില്ല. ■

സി. രാധാകൃഷ്ണൻ

(1939-)

പൊന്നാനിയിൽ ജനനം. എഴുത്തുകാരൻ, ചലച്ചിത്ര സംവിധാ യകൻ, പ്രസാധകൻ. സയന്റിഫിക്ക് അസിസ്റ്റന്റായിരുന്നു. സയൻസ് റ്റുഡേ മാസികയുടെ സീനിയർ സബ് എഡിറ്റർ, ഭാഷാപോഷിണിയുടെ പത്രാധിപർ എന്നീ നിലകളിൽ പ്രവർത്തിച്ചു. ഇപ്പോൾ മാധ്യമം പത്രത്തിന്റെ ചീഫ് എഡിറ്റർ. പുള്ളിപ്പുലികളും വെള്ളിനക്ഷത്രങ്ങളും, ഒറ്റയടിപ്പാതകൾ, മുൻപേ പറക്കുന്ന പക്ഷി, ഉള്ളിൽ ഉള്ളത് തുടങ്ങി നിരവധി പ്രശസ്ത നോവലുകൾ. കേരള സാഹിത്യ അക്കാദമി അവാർഡ്, കേന്ദ്ര സാഹിത്യ അക്കാദമി അവാർഡ്, വയലാർ അവാർഡ് എന്നിവ ലഭിച്ചിട്ടുണ്ട്.

പഠിച്ചത് മറക്കാൻ.
എങ്കിലല്ലേ പുതിയത് പഠിക്കാൻ സ്ഥലമുണ്ടാവൂ.

മറന്നേയ്ക്കാവുന്നത് ഓർമ്മിക്കാൻ.
നിലപാടുതറ കാൽക്കീഴിൽ നിന്നു പോയാൽ
എവിടെ നിൽക്കാൻ

എന്നെ ആപത്തുകളിൽ നിന്ന് രക്ഷിച്ചവരെ
അതേപടി തിരികെ സഹായിക്കാൻ ഇടകിട്ടണം
എന്ന മോഹം കളയാൻ-
അതു നിറവേറണമെങ്കിൽ അവരും
അത്യാപത്തിൽപ്പെടണമല്ലോ.

എനിക്ക് ചെയ്യാവുന്നതും ദൈവം ചെയ്യും എന്ന
പ്രതീക്ഷയിൽ നിന്ന് രക്ഷ നേടാൻ

എന്നെയാണ് മറ്റെല്ലാവരും ശ്രദ്ധിക്കുന്നതെന്ന
തോന്നലിൽ നിന്ന് കരകയറാൻ.

ഞാൻ ആരുമല്ല ഒന്നുമല്ല എന്ന കഥ.

ദൈവം എങ്ങുമുണ്ടെങ്കിൽ എന്നിലുമുണ്ടല്ലോ
എന്നു സന്തോഷിക്കാൻ.

എന്നെ പരിഹസിച്ചുചിരിക്കാൻ

ഉദിച്ചാൽ അസ്തമിക്കുമെന്നും
അസ്തമിച്ചാൽ ഉദിക്കുമെന്നും

ജനിച്ചാൽ മരിക്കുമെന്നതിനാൽ
മരണത്തെ പേടിക്കാനില്ലെന്നും ■

ബി.ആർ.പി. ഭാസ്കർ

(1933-)

തിരുവനന്തപുരത്ത് ജനനം. പത്രപ്രവർത്തകൻ, എഴുത്തുകാരൻ, പ്രസംഗകൻ, വിമർശകൻ, കോളമിസ്റ്റ്. യൂണിവേഴ്സിറ്റി ഒഫ് ദ ഫിലിപ്പീൻസിൽ നിന്ന് ബിരുദം നേടിയതിനുശേഷം ദ ഹിന്ദു, സ്റ്റേറ്റ്സ്മാൻ, പേട്രിയട്ട്, ഡെക്കാൺ ഹെറാൾഡ് എന്നീ ദിന പത്രങ്ങളിലും, യു.എൻ.ഐ. വാർത്താ ഏജൻസിയിലും പ്രവർത്തിച്ചു. വിവിധ സംസ്ഥാനങ്ങളിലെ പ്രസ്സ് അക്രഡിറ്റേഷൻ കമ്മിറ്റികളിൽ അംഗമായിരുന്നു. ബാംഗ്ളൂർ ആസ്ഥാനമായുള്ള 'വിജിൽ ഇന്ത്യാ മൂവ്മെന്റ്' എന്ന മനുഷ്യാവകാശസംഘടനയുടെ ട്രസ്റ്റി ബോർഡ് അംഗവും പ്രാദേശിക കാര്യദർശിയുമാണ്. ഏഷ്യനെറ്റിന്റെ പത്രവിശേഷം പരിപാടിയുടെ അവതാരകനായിരുന്നു. പിന്തിരിഞ്ഞോടുന്ന കേരളം എന്ന ലേഖന സമാഹാരം ശ്രദ്ധേയമായ സാമൂഹിക വിമർശനം ഉൾകൊള്ളുന്നു.

ആത്മാഭിമാനത്തോടെ. മനഃസാക്ഷിയ്ക്കു മുറിവേൽക്കാതെ ജീവിക്കുക; മറ്റുള്ളവർക്കും അങ്ങനെ ജീവിയ്ക്കുവാനുള്ള അവകാശമുണ്ടെന്ന് അംഗീകരിക്കുക. എല്ലാവർക്കും എല്ലാക്കാലവും യഥേഷ്ടം പ്രയോഗിക്കാവുന്ന ജീവിത നിയമങ്ങളില്ല. സാഹചര്യത്തിന്റെ അടിസ്ഥാനത്തിൽ ഓരോ വ്യക്തിയും അനുയോജ്യമായ ചട്ടങ്ങൾ രൂപീകരിക്കുന്നു.

വിഷമഘട്ടങ്ങളിൽ എടുക്കാനുദ്ദേശിക്കുന്ന തീരുമാനത്തിന്റെ അനന്തരഫലങ്ങളെക്കുറിച്ച് ചിന്തിക്കുകയും അവയെ നേരിടാൻ മാനസികമായി തയ്യാറെടുക്കുകയും ചെയ്യുക.

മനഃസാക്ഷിക്കനുസരിച്ച് പ്രവർത്തിക്കണമെന്ന് നിർബന്ധമുള്ള ഒരാൾക്ക് അതിനു വില കൊടുക്കേണ്ടി വന്നേക്കാം. അത് സന്തോഷത്തോടെ കൊടുക്കുക. അത് പലപ്പോഴും നാം ഭയപ്പെടുന്നത്ര വലുതല്ല.

ഒരു ശിശു വളരുന്തോറും ബന്ധങ്ങളും വലുതാകുന്നു - അമ്മ, കുടുംബം, ജാതി/മതം, വർഗ്ഗം, ഗ്രാമം/പട്ടണം, രാജ്യം എന്നിങ്ങനെ കൂടുതൽ കൂടുതൽ വലയങ്ങളു ണ്ടാകുന്നു. ഒരു വലയം കടന്നു കൂടുതൽ വലുതായ ഒന്നിലേക്ക് ബന്ധങ്ങൾ വ്യാപിക്കാനുള്ള കഴിവ് ഇല്ലാതാകുമ്പോൾ വ്യക്തിയുടെ വളർച്ച നിന്നു എന്നർത്ഥം.

ആചാര മര്യാദകൾ കാലത്തിന്റെ ആവശ്യം നിറവേറ്റാൻ മനുഷ്യൻ രൂപം നൽകിയവയാണ്. കാലം മാറുന്നതിനൊപ്പം അവയിൽ മാറ്റങ്ങളുണ്ടാകണം. ആ പ്രക്രിയ തടയുന്നയാളെ നയിക്കുന്നത് ഏതോ സ്ഥാപിത താൽപര്യമാണ്.

വ്യാവസായിക യുഗത്തിൽ രാഷ്ട്രീയത്തിന് വ്യവസായ ത്തിന്റെ സ്വഭാവമാണ്. ചിലർ രാഷ്ട്രീയ മുതലാളി മാരാകുന്നു. ബഹുഭൂരിപക്ഷം രാഷ്ട്രീയത്തൊഴിലാളികളും. ∎

പുനത്തിൽ കുഞ്ഞബ്ദുള്ള

(1941-)

കോഴിക്കോട് ജില്ലയിലെ വടകരയിൽ ജനനം. നോവലിസ്റ്റ്, ചെറുകഥാകൃത്ത്, ഭിഷഗ്വരൻ. കേന്ദ്ര സാഹിത്യ അക്കാദമി അവാർഡ്, കേരള സാഹിത്യ അക്കാദമി അവാർഡ്, മുട്ടത്തു വർക്കി അവാർഡ് എന്നിവ ലഭിച്ചു. അലിഗഢിലെ തടവുകാരൻ, സ്മാരകശിലകൾ, കലിഫ, മരുന്ന്, മലമുകളിലെ അബ്ദുള്ള, കുഞ്ഞബ്ദുള്ളയുടെ ക്രൂരകൃത്യങ്ങൾ, ദുഃഖിതർക്കൊരു പൂമരം, കൃഷ്ണന്റെ രാധ, ആകാശത്തിനു മറുപുറം, എന്റെ അച്ഛനമ്മമാരുടെ ഓർമ്മയ്ക്ക്, കാലാൾപ്പടയുടെ വരവ്, അജ്ഞൻ, പാപിയുടെ കാഷായം, ഡോക്ടർ അകത്തുണ്ട്, തിരഞ്ഞെടുത്ത കഥകൾ, കന്യാവനങ്ങൾ, നടപ്പാതകൾ, കുപ്പായമില്ലാത്ത കഥാപാത്രങ്ങൾ എന്നിവയാണ് പ്രധാന കൃതികൾ.

സാഹിത്യകാരനായി പ്രശോഭിക്കണമെങ്കിൽ നരനായി ജനിച്ചാൽ പോരാ. നായരായി ജനിക്കണം. നക്സലൈറ്റോ കമ്യൂണിസ്റ്റോ ഏറ്റവും കുറഞ്ഞത് വികലാംഗനോ ആകണം.

വിവാദമുണ്ടാക്കണം. അല്ലെങ്കിൽ ആനന്ദിനെപ്പോലെ മിണ്ടാതിരിക്കണം.

നിങ്ങൾക്ക് ഉയർന്ന ഉദ്യോഗമോ താമസിക്കാൻ വസതിയോ ഉണ്ടായിരിക്കരുത്.

പ്രസാധകനോട് കണക്ക് ചോദിക്കാതിരുന്നാൽ നിങ്ങളുടെ പുസ്തകത്തിന്റെ പതിപ്പുകൾ തുടരെ തുടരെ ഇറങ്ങിക്കൊണ്ടേയിരിക്കും.

സ്ത്രീകളിൽ പുരുഷന്മാരെ സ്നേഹിക്കുന്നവർ അമ്മമാർ മാത്രമായിരിക്കും. ഭാര്യമാരാൽ ചെറിയൊരു പങ്കും കാമുകിമാരാൽ മുക്കാൽ പങ്കും പുരുഷനെ മുതലെടുക്കുകയും പിന്നീട് വഞ്ചിക്കുകയും ചെയ്യുന്നു.

സ്ത്രീകളെക്കുറിച്ച് ഞാൻ വായിച്ച ഏറ്റവും നല്ല വരികൾ ചങ്ങമ്പുഴ എഴുതിയതാണ്.

വിശ്വസിച്ചീടാം വ്യകത്തിനെ, പാടില്ല
വിഭ്രമ മേകുമീ സ്ത്രീയാം മൃഗത്തിനെ.

സ്ത്രീകളുടെ കണ്ണീരിന് അതിലടങ്ങിയ ഉപ്പിന്റെ വില കൂടിയില്ല.

സ്ത്രീ ഒരിക്കലും പുരുഷനോടൊപ്പം എത്തുകയില്ല. ധൈഷണികതയിലും കരുത്തിലും സ്ത്രീ പുരുഷനേക്കാൾ എത്രയോ താഴെയാണ്.

'മറ്റൊരാൾക്ക് സുഖം നൽകുന്ന മനുഷ്യനാണ് ലോകത്ത് ഏറ്റവും സുഖമനുഭവിക്കുന്ന മനുഷ്യൻ' എന്ന് കാൾമാർക്സ് പറഞ്ഞിട്ടുണ്ട്. ആ അർത്ഥത്തിൽ ഏറ്റവും സുഖം അനുഭവിക്കുന്നത് സ്ത്രീകളാണ്. കാരണം പുരുഷന് പരമോന്നതസുഖം നൽകുന്നത് സ്ത്രീയത്രേ. ■

ചെമ്മനം ചാക്കോ
(1926-)

വൈക്കത്ത് ചെമ്മനം കുടുംബത്തിൽ ജനനം. വിമർശന ഹാസ്യകവി. മലയാളത്തിന്റെ വിമർശന ഹാസ്യ കവിതാ ശാഖയ്ക്ക് വിലപ്പെട്ട സംഭാവനകൾ നൽകി. യൂണിവേഴ്സിറ്റി അധ്യാപകൻ, യൂണിവേഴ്സിറ്റി പബ്ലിക്കേഷൻ വിഭാഗത്തിന്റെ ഡയറക്ടർ എന്നീ നിലകളിൽ സേവനം അനുഷ്ഠിച്ചു. നെല്ല്, ദുഃഖത്തിന്റെ ചിരി, രാജപാത, നർമ്മ സങ്കടം തുടങ്ങിയ ഇരുപത്തഞ്ചോളം വിമർശന ഹാസ്യ-കവിതാ സമാഹാരങ്ങൾ. കേരള സാഹിത്യ അക്കാദമി അവാർഡ്, കുട്ടമത്ത് അവാർഡ്, സഹോദരൻ അയ്യപ്പൻ അവാർഡ് എന്നീ പുരസ്കാരങ്ങൾ ലഭിച്ചു.

പെരുകും 'ഇച്ഛാശക്തി' 'യത്ന'ത്തൊടൊന്നിച്ചാൽ
മരുഭൂമിയിൽപ്പോലും പൂന്തോട്ടമുണ്ടാക്കീടാം

നേടിയ സ്വാതന്ത്ര്യം നാം വിറ്റുതിന്നുന്നു:
പണം പാടിയാലാടും പാമ്പിൻകാലമീ ജനകീയം!

തോന്നുമ്പോൾ വന്നീടാനും, വന്നിരുന്നുറങ്ങാനും
തോന്നുമ്പോൾ പോയീടാനുമെന്താണിതാപ്പീസാണോ?

(സർക്കാരാഫീസുകളിൽ)
ആളില്ലാക്കസേരകൾ പാതിശമ്പളം ചോദി-
ച്ചഭ്യസ്തവിദ്യർ കേറിയിരുന്നാലിറക്കാമോ?

കാര്യങ്ങൾ നേരേനോക്കി നടത്തേണ്ടവൻ മന്ത്രി
കാഷ്വൽ ലീവെടുക്കേണമാപ്പീസിൽ വന്നില്ലെങ്കിൽ

കല്ലിടാനു,മുദ്ഘാടനം ചെയ്യാനും
കള്ളുഷാപ്പിനു കാലുകൾ നാട്ടാനും
പേപിടിച്ച നായ്പോലെ നാടെങ്ങുമേ
പാഴിലോടിനടക്കുന്നതും ഭവാൻ!

അവകാശാക്രോശങ്ങളല്ലാതെ കർത്തവ്യത്തിൻ-
ചുവ ചേർക്കുകിൽ ചേർത്ത യൂണിയൻ കാണില്ലല്ലോ!

ഹിമാലയത്തിനെക്കാളും ജാതിചിന്ത വളർന്നുപോയ്
പ്രമാണധർമ്മങ്ങൾ കാറ്റിൽ പറന്നുപോയി!

'പാപത്തിൻ കൂലി മരണമല്ലേ?'
'പാപത്തിൻ കൂലി മകനാണല്ലോ!'

വായനക്കാർ തൻ ക്ഷുദ്രദുർബ്ബല വികാരങ്ങൾ-
ക്കായതും വിരുന്നേകിപ്പത്രക്കോപ്പികൾ കൂട്ടാൻ
ഹീനമാം സെക്സും ക്രൈമും വിളമ്പിജ്ജനഗണ-
മാനസം ദുഷിപ്പിപ്പൂ ഷർട്ടിട്ട കാട്ടാളത്തം! ∎

സമ്പാ: ടി.എൻ. ജയചന്ദ്രൻ

കെ. അശോകൻ

(1933-)

കൊല്ലം ജില്ലയിലെ മയ്യനാട് ജനനം. നിരൂപകൻ, ഉപന്യാസകാരൻ, പത്രപ്രവർത്തകൻ. പബ്ലിക്ക് റിലേഷൻസ് ഡയറക്ടർ, കേരള ബുക്സ് ആൻഡ് പബ്ലിക്കേഷൻ സൊസൈറ്റിയുടെ മാനേജിങ് ഡയറക്ടർ, ക്രീമിലെയർ ഉന്നതാധികാര സമിതി അംഗം എന്നീ നിലകളിൽ പ്രവർത്തിച്ചു. നാടകാസ്വാദനം, ഒനീൽ അനുഭവം, കുമാരനാശാൻ, സ്വാതി തിരുനാൾ, മദർ തെരേസ (പരിഭാഷ) തുടങ്ങിയവയാണ് പ്രധാനകൃതികൾ.

സുഹൃത്തുക്കളുടെ എണ്ണം കൂടിയാൽ ചരമക്കുറിപ്പിൽ ചേർക്കാൻ കൊള്ളാം. ജീവിച്ചിരിക്കെ യഥാർത്ഥ സുഹൃത്തുക്കൾ ഏതാനും പേർ ഉണ്ടാവുകയാണ് പ്രധാനം. സാഹിത്യം രചിച്ചു പ്രസാധനം ചെയ്താൽ പോരാ. വേണ്ടിടത്ത് അതു പ്രചരിപ്പിക്കാൻ ആളെ സംഘടിപ്പിക്കാൻ കഴിയണം.

വിവാഹം എന്ന ഭാഗ്യപരീക്ഷണത്തിൽ പരാജയപ്പെട്ടെന്നു ബോധ്യമായാൽ അനായാസം വേർപിരിയാൻ കഴിയണം.

വിദ്യാഭ്യാസരംഗം പരീക്ഷണശാലയാക്കിയാൽ വിദ്യാർത്ഥികൾ ഗിനിപ്പന്നികളായിത്തീരും.

രാഷ്ട്രീയ പ്രവർത്തകർക്കു രാവും പകലും തമ്മിൽ വ്യത്യാസമില്ല. എന്നാൽ അവരെ അധികാരത്തിലേറ്റുന്ന ജനങ്ങൾക്കു രാവും പകലും തിരിച്ചറിയാൻ കഴിയണം.

പത്രപ്രവർത്തകർ വാർത്തയും വീക്ഷണവും അറിയിക്കാം. പക്ഷേ പൈങ്കിളി നോവലെഴുത്തുകാരനെ അനുകരിക്കരുത്.

മനസ്സിനു സ്വാസ്ഥ്യമേകാൻ സംഗീതത്തിനുള്ള സിദ്ധി മറ്റൊന്നിനുമില്ല.

ഇഷ്ടമുള്ളത് എഴുതുമ്പോൾ ലഭിക്കുന്ന സുഖമാണ് സാഹിത്യപ്രവർത്തനത്തിലെ ഏറ്റവും വലിയ പ്രതിഫലം.

യഥാർത്ഥ സ്നേഹബന്ധങ്ങൾ എന്നും ഓർമ്മയിൽ തങ്ങി നിൽക്കണം. അപരാധബോധം ജനിപ്പിക്കാതെ.

ജീവിതമൽസരത്തിൽ പരാജയപ്പെട്ടാലും പ്രയാസപ്പെടേണ്ട. ആ പരാജയത്തിന്റെ പാഠം അടുത്ത തലമുറയ്ക്കു കൈമാറാൻ കഴിഞ്ഞാൽ. ∎

ജോർജ് ഓണക്കൂർ

(1941-)

മൂവാറ്റുപുഴ ഓണക്കൂറിൽ ജനനം. എഴുത്തുകാരൻ, നിരൂപകൻ, നോവലിസ്റ്റ്. മാർ ഇവാനിയോസ് കോളേജിൽ മലയാള വിഭാഗം അധ്യാപകനായിരുന്നു. കേരള സാഹിത്യ അക്കാദമി ഭരണ സമിതി അംഗം, സംസ്ഥാന ബാലസാഹിത്യ ഇൻസ്റ്റിറ്റ്യൂട്ടിൽ ഡയറക്ടർ, സർവ്വ വിജ്ഞാനകോശം ഡയറക്ടർ, കേരള സംസ്ഥാന സാക്ഷരതാ സമിതിയുടെ പ്രസിഡന്റ് എന്നീ നിലകളിൽ സേവനം അനുഷ്ഠിച്ചിട്ടുണ്ട്.

ജീവിതത്തെ നാം സ്വയം നിർവ്വചിക്കണം. വ്യക്തമായ ബോദ്ധ്യത്തിന് അനുസരണമായി ലാളിത്യമാർന്ന ജീവിതം. സ്വാർത്ഥലക്ഷ്യങ്ങൾക്കുവേണ്ടി വിരുദ്ധ നിലപാടുകൾ സ്വീകരിക്കാതെ നേർവഴിയിലൂടെ സഞ്ചരിച്ചാൽ ധന്യത കൈവരും.

മിത്രങ്ങളുടെ സൗഹൃദം പോലെ ശത്രുക്കളുടെ പ്രഹരങ്ങളും സദാ സ്വാഗതം ചെയ്യണം. സ്നേഹ വാൽസല്യങ്ങൾ മുന്നോട്ടുപോകാൻ പ്രചോദനമാണ്. പക്ഷേ, സമതലങ്ങൾക്കപ്പുറത്തേയ്ക്കു യാത്ര ചെയ്യുന്നത് എതിർപ്പുകളെ ധീരമായി നേരിട്ടുകൊണ്ടായിരിക്കണം.

സ്നേഹിക്കുന്നവരെ ഏറ്റവും ശക്തമായി സ്നേഹിക്കണം. എതിരാളികളെ അതേ കരുത്തോടെ എതിർക്കുകയും വേണം. മധ്യമാർഗം സൗകര്യപ്രദമെങ്കിലും അതിൽ ത്രില്ലില്ല; അന്തസ്സില്ല. അതൊരു ഭീരുവിന്റെ തന്ത്രമായേ എനിക്കു തോന്നിയിട്ടുള്ളു.

സ്വാർത്ഥത കലരാത്ത സ്നേഹബന്ധമേ നിലനിൽക്കൂ. നാം നൽകിയ സ്നേഹം അതേ അളവിൽ തിരികെ വേണമെന്ന് കാമുകനോ ഭർത്താവോ പിതാവോ ആഗ്രഹിക്കരുത്; നിരാശപ്പെടും.

വിവാഹത്തിൽ അഭിരുചിപ്പൊരുത്തമാണ് പരിഗണിക്കേണ്ടത്. ഭാര്യ വലിയ പണക്കാരിയോ പാചകവിദഗ്ദ്ധയോ ആകണമെന്നില്ല. സൗന്ദര്യവും സംസ്കാരവുമുണ്ടാകണം. സംസ്കാരം ഒരു പൈതൃകമായിരുന്നാൽ ഏറെ ഭാഗ്യം.

ജാതിയുടെയും മതത്തിന്റെയും സങ്കുചിത ചിന്തകളുടെയും പേരിൽ അവഗണിക്കപ്പെട്ടാലും അതിനു പ്രതികാരമായി ജാതിക്കോമരങ്ങളെ കൂട്ടുപിടിക്കരുത്. ധൈര്യശാലികൾ അവഗണനകളെ ചെറുത്തുതോൽപിക്കണം. പ്രതിലോമ ശക്തികളുടെ ചങ്ങാത്തം കൊണ്ട് ആത്മനാശം അരുത്.

ഒരു കലാകാരനാവുക എന്നത് ഏറ്റവും അഭിമാനകരമാണ്. ഭരണാധികാരികളോ മതപുരോഹിതന്മാരോ ഒന്നും അതിലേറെ പ്രധാനികളല്ല. ചെങ്കോലിന്റെയോ തിരുവസ്ത്രത്തിന്റെയോ മുന്നിൽ കലാകാരൻ ഒരിക്കലും തലകുനിക്കരുത്.

യാത്രാവേളകൾ ആഹ്ലാദകരങ്ങളാണ്. അത് ജീവിതത്തിന് ഉണർവ്വ് നൽകും. അപ്രതീക്ഷിതമായി വീണു കിട്ടുന്ന ചില അനുഭവങ്ങൾ ജീവിതത്തെ നിറം പിടിപ്പിക്കും.

ജനാധിപത്യ ഭരണസമ്പ്രദായത്തിൽ രാഷ്ട്രീയ കാഴ്ചപ്പാടുകൾ അനിവാര്യമാണ്. അതു തുറന്നു പ്രകടിപ്പിക്കാൻ തന്റേടം വേണം. രാഷ്ട്രീയ പാർട്ടികളിൽ അംഗമായി പ്രവർത്തിക്കുക ഇക്കാലത്ത് അപമാനകരമാണ്.

ജീവിതത്തെ സുരഭിലമാക്കുന്നത് പ്രേമമാണ്. സാഹസികമെങ്കിലും സുന്ദരമാണത്. വാർദ്ധക്യത്തിന്റെ മടുപ്പിക്കുന്ന മണം പിടികൂടുന്നത് ആ സുഗന്ധം നഷ്ടപ്പെടുമ്പോഴാണ്. അതിൽ നിന്നു രക്ഷപ്പെടാൻ കാലത്തെ മറന്ന് പ്രേമത്തിൽ ലയിക്കുക. ■

പി. വത്സല

കോഴിക്കോട് ജില്ലയിൽ ജനനം. നോവലിസ്റ്റ്. ചെറുകഥാകൃത്ത്. ആദിവാസി ജീവിതവും വിപ്ലവാഭിമുഖ്യവും നിറഞ്ഞ കൃതികളിലൂടെ മലയാള സാഹിത്യരംഗത്ത് ശ്രദ്ധേയായി. അധ്യാപിക, സാഹിത്യ പ്രവർത്തക സഹകരണ സംഘം ഡയറക്ടർ ബോർഡ് അംഗം എന്നീ സ്ഥാനങ്ങൾ വഹിച്ചിട്ടുണ്ട്. നെല്ല്, കൂമൻകൊല്ലി, ചാവേർ എന്നീ നോവലുകളും ഉണ്ണിക്കോരൻ ചതോപാധ്യായ, ആനവേട്ടക്കാരൻ എന്നീ കഥാസമാഹാരങ്ങളും ഉൾപ്പെടെ

അദ്ധ്വാനിക്കാതെ പരാന്നഭുക്കായി ജീവിക്കുന്നത് പാപമാണ്.

കലാശാലയിൽ നിന്ന് നാം ഒരു വിദ്യാഭ്യാസവും നേടുന്നില്ല. നേടുന്നതെല്ലാം ജീവിതാനുഭവങ്ങളിൽ നിന്നാണ്.

വായന മനസ്സിന്റെ ചക്രവാളം വികസിപ്പിക്കുന്നു.

സംഘടിതമായ സാമൂഹ്യപ്രവർത്തനത്തേക്കാൾ അഭികാമ്യം ഓരോ വ്യക്തിയും മനഃസാക്ഷി ഉള്ളവനായി ജീവിക്കുക എന്നതാണ്.

സാമൂഹ്യപ്രവർത്തനവും രാഷ്ട്രീയപ്രവർത്തനവും ഇന്ന് ഏറെക്കുറെ ഉപജീവനോപാധികളും സ്വന്തക്കാർക്കുവേണ്ടി പൊതുമുതൽ കൊള്ളയടിക്കാനുള്ള മാർഗ്ഗവുമാണ്.

സ്ത്രീ. സ്ത്രീയായിരിക്കുക എന്നതാണ് സർവ്വപ്രധാനം. പക്ഷേ ഒരു നല്ല വീട്ടമ്മയ്ക്ക് ഒരു നല്ല കലാകാരിയോ, ഒരു നല്ല കലാകാരിക്ക് ഒരു നല്ല വീട്ടമ്മയോ ആകാൻ പ്രയാസമാണ്. കാരണം, സമൂഹത്തിന്റെ ജാഡ്യം.

സ്നേഹം കൊണ്ട് ആരെയും മിത്രമാക്കി മാറ്റാം. ത്യാഗം അതിന്റെ അനിവാര്യഘടകമാണ്.

ഇന്നത്തെ നിലയിലുള്ള ജനാധിപത്യം ഒരു കൂട്ടായ്മ ക്കവർച്ചയാണ്. അഭിപ്രായ സ്വാതന്ത്ര്യം എന്ന മൂല്യം നിലനിൽക്കുന്നു എന്ന തെറ്റിദ്ധാരണയാലാണ് നാമിതു സഹിക്കുന്നത്.

സ്ത്രീ ഇന്നു സമസ്ത ജീവിതമണ്ഡലങ്ങളിലും വിവേചനത്തിനും പീഡനത്തിനും വിധേയയാണ്. ∎

ഇ. വാസു

(1935-)

ബേപ്പൂരിൽ ജനനം. നോവലിസ്റ്റ്, കഥാകൃത്ത്, ബാല സാഹിത്യകാരൻ, സഞ്ചാര സാഹിത്യകാരൻ. റൂറൽ ഇൻഫർമേഷൻ ബ്യൂറോയിൽ ചീഫ് ഓഫീസർ, എസ്.പി.സി.എസ്. ഡയറക്ടർ എന്നീ നിലകളിൽ സേവനമനുഷ്ഠിച്ചു. ചുവപ്പുനാട, കടന്നൽക്കൂട്, ഒടുവിൽ കിട്ടിയത്, വന്ദേമാതരം എന്നിവയാണ് പ്രധാനകൃതികൾ.

അഭിനന്ദനങ്ങൾ സ്വീകരിക്കുന്നത് കൈക്കൂലി സ്വീകരിക്കുന്നതു പോലെയാവണം; അൽപം വൈമനസ്യ ത്തോടെ, അവിഹിതമായ എന്തിനോ വശപ്പെടും പോലെ!

ആരോടും നന്ദി പ്രതീക്ഷിക്കരുത്. തന്റെ കാര്യം കഴിഞ്ഞേ മറ്റുള്ളവരെ മനുഷ്യൻ സഹായിക്കുകയുള്ളു.

മനുഷ്യന് മഹാനാവാൻ സാദ്ധ്യമല്ല. പക്ഷിമൃഗാദികൾക്കു കഴിഞ്ഞേക്കും. സാധിക്കുന്നത് തന്നേക്കാൾ ഉയർന്നവനോ താഴ്ന്നവനോ ആയി ആരുമില്ലെന്നു തെളിയിക്കലാണ്.

കൂട്ടിവയ്ക്കുമ്പോൾ പ്രശസ്തിയും അസമത്വം സൃഷ്ടിക്കും. ധാന്യം പൂഴ്ത്തിവയ്ക്കുന്നതു പോലെ അതും അധാർമ്മിക മായതിനാൽ, എന്തും ത്യജിക്കാൻ മനസ്സിനെ സന്നദ്ധമാക്കണം. ▯പോനാൽ പോകട്ടും പോടാ▯ എന്ന നയം നല്ലത്.

ഒന്നും ചോദിച്ചു വാങ്ങരുത്. കിട്ടിയാൽ സ്വീകരിക്കാം. മറ്റുള്ളവർക്കു നഷ്ടമാകാത്തപക്ഷം മോഷ്ടിക്കലും ആവാം. (എഴുത്തുകാർ ചെയ്യുന്നതുപോലെ)

അസഹിഷ്ണുക്കളായ ഗാന്ധിയന്മാരും ആരാധനാസ്ഥലത്തു പതിവായി പോയിട്ടും ചൂഷകരായിത്തന്നെ മരുവുന്നവരും എന്നെ വ്യസനിപ്പിക്കുന്നു.

അമ്പലത്തിൽ പ്രവേശിക്കാൻ അനുവാദമില്ലാതിരുന്ന ജാതിക്കാര നായിരുന്നിട്ടും നിരാശനായില്ല; ഭക്തനല്ലാത്തതുകൊണ്ട്! സംവരണത്തിന്റെ ആനുകൂല്യമില്ലാതെ ഞാനും മക്കളും കഴിയുന്നതിൽ സന്തോഷിക്കുന്നു. 'പാവപ്പെട്ടവൻ' എന്ന് എഴുതിക്കൊടുക്കാനുള്ള മടികൊണ്ട് നാലുവർഷം ഉച്ചപ്പട്ടിണി കിടന്നത് പിന്നീട് എന്തും വേണ്ടെന്നു വയ്ക്കാനുള്ള മനഃസ്ഥിതിയുണ്ടാക്കി. മക്കളിലും ഭാര്യയിലും അതു സ്വാധീനം ചെലുത്താത്തത് എന്റെ ഭാഗ്യമായി.

ഉദ്യോഗസ്ഥഭാര്യയെ മോഹിക്കാത്തതാണ് സമത്വചിന്തയ്ക്ക് നല്ലത്. ഒറ്റയെഞ്ചിൻ കൊണ്ട് വലിക്കുന്ന വണ്ടിക്ക് അപകടഗർത്തങ്ങൾ കുറയും. പ്രയത്നിക്കണം എന്നുമാത്രം.

'ലോകത്തിൽ കാരുണ്യവാന്മാരും അവരുടെ സ്ഥാപനങ്ങളുമുണ്ട്.
പാവങ്ങൾക്ക് അതൊന്നും സ്വർഗ്ഗമാകുന്നില്ല.
ഒന്നും ആരും ആർക്കും വെറുതെ കൊടുക്കുകയില്ല.'
പുളിമാന പരമേശ്വരൻപിള്ള സമത്വവാദിയിൽ പറഞ്ഞ
ഇതിൽ ഞാൻ വിശ്വസിക്കുന്നു. ■

ഡോ. എം.വി. പിള്ള

കഴിഞ്ഞ കാൽനൂറ്റാണ്ടായി അമേരിക്കയിൽ ക്യാൻസർ ചികി ത്സകനും ഗവേഷകനുമായി പ്രവർത്തിക്കുന്നു. മലയാളഭാഷ യുടെയും കേരളീയ സംസ്കാരത്തിന്റെയും ആരാധകൻ. പ്രഭാഷകൻ.

പിന്നിട്ട കാലത്തിന്റെ നേർപകുതി കേരളത്തിലും പകുതി അമേരിക്കയിലും ജീവിച്ച ഒരു മലയാളി എന്ന നിലയിൽ ഞാൻ മനസ്സിലാക്കിയ ഏറ്റവും വലിയ പാഠമാണ് ജീവിതം മുന്നോട്ടു നോക്കിനീങ്ങാനുള്ളതും പിന്നോട്ടു നോക്കിമാത്രം മനസ്സിലാക്കാനുമുള്ളതെന്ന സത്യം. പിന്നിൽ കണ്ടതും കൊണ്ടതും മുന്നിൽ ഉപകരിക്കണമെന്നില്ല.

അഭിപ്രായങ്ങളോടും ആശയങ്ങളോടും രൂക്ഷമായി വിയോജിക്കുമ്പോഴും വ്യക്തിബന്ധങ്ങൾ അരക്കിട്ടുറപ്പിക്കാൻ കഴിയുമ്പോഴാണ് നല്ല സുഹൃദ്ബന്ധങ്ങൾ ഉണ്ടാകുന്നത്. അവരുടെ പ്രത്യയശാസ്ത്രത്തോട് യോജിക്കാൻ കഴിഞ്ഞിട്ടില്ലെങ്കിലും എന്റെ ഏറ്റവും നല്ല സുഹൃത്തുക്കൾ ഇടതുപക്ഷ പ്രസ്ഥാനങ്ങളിലാണ്. ദീനാനുകമ്പയിൽ നിന്നുയിർക്കൊണ്ടതു നിമിത്തമാവാം

ഈ പ്രത്യയശാസ്ത്രത്തിന് ഇത്രയധികം സുമനസ്സുകളെ ആകർഷിക്കാൻ കഴിഞ്ഞത്.

സാമാന്യവൽക്കരണത്തിന് ഒട്ടും വഴങ്ങാത്ത രണ്ടു മണ്ഡലങ്ങളാണ് രാഷ്ട്രീയവും സാഹിത്യവും. പൊതുവെ ജനം അടച്ചാക്ഷേപിക്കുന്ന രാഷ്ട്രീയക്കാരുടെയിടയിൽ നാം സ്നേഹിക്കുകയും ബഹുമാനിക്കുകയും ചെയ്യേണ്ട വ്യക്തികൾ ഇന്നും ധാരാളം. സംസ്കാരത്തിന്റെ പതാകവാഹകരായി സമൂഹം എന്നും കൊണ്ടാടാറുള്ള സാഹിത്യപ്രതിഭകളിൽ ചിലരെ അടുത്തറിയുമ്പോൾ സാംസ്കാരികപാതക വാഹകരെന്നു തിരുത്തിക്കുറിക്കേണ്ടിയും വരുന്നു.

വിപുലമായ വായന പകർന്നുതരുന്ന ഏറ്റവും വലിയ തിരിച്ചറിവാണ് മൗലികത. മൂലസ്രോതസ്സു മറച്ചുപിടിക്കുന്നതിനുള്ള പാടവമാണെന്ന സത്യം.

ആപേക്ഷിക സിദ്ധാന്തം ജീവിതത്തിന്റെ സമസ്തമണ്ഡലത്തിലേയ്ക്കും വിപുലമായ അർത്ഥത്തിൽ വ്യാപിപ്പിക്കാം. മിസ്. യൂണിവേഴ്സ് എന്നും ദേശീയ പുരസ്കാരമെന്നുമൊക്കെ കേൾക്കുമ്പോൾ കോടാനുകോടി ജനങ്ങൾ ഇതിലൊന്നും പങ്കെടുക്കുകയോ പരിഗണിക്കപ്പെടുകയോ ചെയ്തിട്ടില്ലെന്ന പരമാർത്ഥം വിജയികളെ വിനയാന്വിതരാക്കേണ്ടതാണ്.

അന്തർദേശീയ പ്രശ്നങ്ങളിൽ പലപ്പോഴും നേരും നെറിയും നോക്കാറില്ലെങ്കിലും, രാഷ്ട്രത്തിനകത്ത് അമേരിക്ക അനാദൃശ്യമായ അവസര സമത്വവും നീതിയും ന്യായവും ഉറപ്പുവരുത്തിയിരിക്കുന്നു. ഇന്ത്യയിൽ കാര്യങ്ങൾ നേരെ മറിച്ചാണ്. കൊസോവോയിലും റുവാണ്ടയിലും കമ്പൂച്ചിയായിലും നമുക്ക് ആദർശാധിഷ്ഠിതവും വ്യക്തവുമായ നിലപാടുകളുണ്ട്. നൂറുകോടി ജനം തിങ്ങിനിറഞ്ഞ രാഷ്ട്രത്തിനകത്ത് ഒന്നിനും കേൾപ്പോരും കേൾവിയുമില്ലാതെ എല്ലാം കുഴഞ്ഞുമറിഞ്ഞു കിടക്കുന്നു.

മലയാണ്മ മനസ്സിലേന്തി ജീവിക്കാൻ ആഗ്രഹിക്കുന്നവർ നമ്മുടെ പുരാവൃത്തവും വൃത്താന്തപത്രചരിത്രവും ഹൃദിസ്ഥമാക്കിയിരിക്കണം. അവയുടെ കാലിക പ്രസക്തി അപാരമായിത്തീർന്നിരിക്കുന്നു. ഏറെ പണിപ്പെട്ട് ആധുനികകേരളം ഉത്തുംഗശൃംഗങ്ങളിലേയ്ക്ക് ഉരുട്ടിക്കയറ്റിയ കാർഷിക പരിഷ്കരണവും പൊതുമേഖലയും മതസൗഹാർദ്ദവും മറ്റും കടകവിരുദ്ധഫലങ്ങളുമായി താഴേയ്ക്കു ഉരുളുമ്പോൾ നാറാണത്തിനെ അനുസ്മരിക്കാതെ വയ്യ. മനുഷ്യയത്നത്തിന്റെ വ്യർത്ഥത അദ്ദേഹമാണല്ലോ നമ്മെ ബോദ്ധ്യമാക്കിയത്. ■

ലളിത ലെനിൻ

(1946-)

തൃശൂർ ജില്ലയിലെ തൃത്തല്ലൂരിൽ ജനനം. പ്രശസ്ത കവിയത്രി. കരിങ്കിളി, കർക്കടകവാവ് എന്നിവ കവിതാസമാഹാരങ്ങൾ. പുതിയ വായന (അപനിർമ്മാണവായന) എന്ന ഗദ്യകൃതി. 'മിന്നു' എന്ന കുട്ടികളുടെ നോവൽ കേരള സാഹിത്യ അക്കാദമി അവാർഡും നേടി. കർക്കിടകവാവ് അബുദാബി ശക്തി അവാർഡും. ടി.വി. സീരിയലുകൾ ചെയ്യാറുണ്ട്. കേരള സർവ്വ കലാശാലയുടെ ലൈബ്രറി ആന്റ് ഇൻഫർമേഷൻ വകുപ്പ് റീഡറായിരിക്കെ സർവീസിൽനിന്നു വിരമിച്ചു.

അധികാരത്തെയും മനുഷ്യനെയും
ഒരേസമയം സ്നേഹിക്കുക അസാദ്ധ്യമാണ്.
എന്നാൽ മനുഷ്യർക്കുവേണ്ടി അധികാരത്തെ
ഉപയോഗപ്പെടുത്തുന്നവർ ധീരരായ
മനുഷ്യസ്നേഹികളാണ്.

ലോകത്തിലേയ്ക്കുവച്ച് ഏറ്റവും
ആകർഷകമായ കളിക്കോപ്പുകളാണ്
പെൺകുട്ടികൾ. അതുകൊണ്ടുതന്നെ,
ഏറ്റവുമധികം താലോലിക്കപ്പെടുന്നതും
എറിഞ്ഞുടയ്ക്കപ്പെടുന്നതും അവരാണ്.

എന്റെ പ്രശ്നങ്ങൾ എന്റെ അനുഭവമാണ്. അത് ഞാനറിയുന്ന ആഴത്തിൽ മറ്റുള്ളവരും മനസ്സിലാക്കണമെന്നു ശഠിക്കുന്നത് സ്വാർത്ഥതയാണ്.

അച്ചടക്കമില്ലാതെ വിദ്യാഭ്യാസം സാദ്ധ്യമല്ല. പക്ഷേ, അച്ചടക്കത്തിനുവേണ്ടിയുള്ള വിദ്യാഭ്യാസം നിരർത്ഥകമാണ്.

സ്ത്രീധനം രഹസ്യമായോ പരസ്യമായോ പ്രോത്സാഹിപ്പിച്ചുകൊണ്ട് വിവാഹ മാമാങ്കങ്ങൾക്കു കൂട്ടുനിൽക്കുന്ന ഒരു മതവും രാഷ്ട്രീയ പാർട്ടിയും ജനങ്ങളെ സ്നേഹിക്കുന്നില്ല.

യഥാർത്ഥ സ്നേഹം അനുഭവിച്ചതിന്റെയോ നൽകിയതിന്റെയോ ഓർമ്മയിൽ മനസ്സ് തുളുമ്പുന്നതായി അനുഭവപ്പെടുന്നുണ്ടെങ്കിൽ അതാണ് ജീവിച്ചതിന്റെ അടയാളം.

രാഷ്ട്രീയത്തിന്റെയും മതത്തിന്റെയും സൗന്ദര്യശാസ്ത്രം പൊളിച്ചെഴുതാൻ കലയും സാഹിത്യവും മുന്നോട്ടുവരുമ്പോൾ പലർക്കും സഹിഷ്ണുത നഷ്ടപ്പെടുന്നു. എന്നാൽ കലയുടെയും സാഹിത്യത്തിന്റെയും സൗന്ദര്യശാസ്ത്രം പൊളിച്ചെഴുതുമ്പോൾ കലാകാരൻമാർക്കും സാഹിത്യകാരൻമാർക്കും അതിലേറെയാണ് അങ്കലാപ്പ്.

വിവരസാങ്കേതികവിദ്യ അറിവിന്റെ സുതാര്യത വർദ്ധിപ്പിച്ചിരിക്കുന്നു എന്ന് അറിവുള്ളവർ പറയുന്നു. എന്നിട്ടും അറിവിന്റെ തമസ്കരണവും ക്രൂരനിയോഗങ്ങളും ഇപ്പോഴും മനുഷ്യജീവിതത്തെ നരകമാക്കുന്നു.

ഒരു കടുത്ത ഫെമിനിസ്റ്റിന് കടുത്ത രാഷ്ട്രീയക്കാരനെപ്പോലെത്തന്നെ യഥാർത്ഥ മനുഷ്യസ്നേഹിയാകാൻ ആവില്ല. എങ്കിലും സ്ത്രീനീതിയുടെ ഉൾപ്പൊരുൾ മനസ്സിലാക്കാൻ ഫെമിനിസത്തെക്കുറിച്ച് പഠിക്കേണ്ടത് മനുഷ്യനീതിയുടെ ഭാഗമാണ്.

∎

ആദ്യപതിപ്പിനെഴുതിയ

അവതാരിക

സുകുമാർ അഴീക്കോട്

ഈ പ്രപഞ്ചത്തിലുള്ള ജീവജാലങ്ങളെല്ലാം ഒരുപോലെ നിർവ്വഹിക്കുന്ന ഒരു കർമ്മമുണ്ട്. അതാണ് ജീവിക്കൽ. പക്ഷേ ഇവയ്ക്ക് ജീവിക്കാനല്ലാതെ എന്തിന് ജീവിക്കണം എന്നറിയാൻ വയ്യ. മനുഷ്യൻ, ജീവിക്കുന്നതോടൊപ്പം എന്തിന് ജീവിക്കണം എന്നുകൂടി ആലോചിക്കുന്നു. അതിനാൽ, മനുഷ്യനെ സൃഷ്ടിച്ചതോടെ, ദൈവ ത്തിന് തൃപ്തി കൈവന്നുവെന്ന് ശങ്കരാചാര്യർ സാമാധാനിച്ചു. ദൈവത്തിന്റെ സംതൃപ്തിയെപ്പറ്റി ഈ പുസ്തകം വായിക്കുന്ന ആൾക്ക് സംശയമുണ്ടാകാം. കാരണം, മനുഷ്യജീവിതത്തെപ്പറ്റി ചോദ്യം ചോദിക്കാനറിയുമെങ്കിലും ഉത്തരം പറയാൻ അറിയില്ല. ഈ പുസ്തകം അതും തെളിയിക്കുന്നു. ലോകത്തിലെ ഏറ്റവും വലിയ ജ്ഞാനിയെന്നു ദൽഫിയിലെ ദിവ്യപ്രവചനം സാക്ഷ്യപ്പെടുത്തിയ സോക്രട്ടീസിന്റെ അറിവ് ഇതായിരുന്നു. - *എന്റെ അറിവ് എനിക്ക് ഒന്നും അറിഞ്ഞു കൂടെന്നതാണ്*. ചോദ്യം ചോദിക്കുന്നതു നിർത്തി ഉത്തരം പറയുകയെന്ന് ത്രേഡിമാർക്കസ് സോക്രട്ടീസിനെ വെല്ലു വിളിച്ചതും ഇതുകൊണ്ടായിരുന്നു. *ജീവിതം എന്താണ്?, ജീവിത ത്തിൽ നിന്ന് എന്ത് പഠിച്ചു?, ജീവിതം എന്തിനു വേണ്ടിയാകണം* എന്നെല്ലാമുള്ള ചോദ്യങ്ങൾ - പണ്ടുപണ്ടേ ചോദിച്ചതുകൊണ്ട് പഴ യതും ഇപ്പോഴും ഉത്തരം ശരിയല്ലാത്തതുകൊണ്ട് പുതിയതും ആയവ - നേരിട്ട ഋഷികൾ ഇവയെ *അതിപ്രശ്നങ്ങൾ* എന്ന് വിളിച്ചു. *ആവുന്ന മറുപടി പറയാം* എന്നേ അവർ പോലും അവകാശപ്പെട്ടുള്ളൂ. ഈ ഉത്തരങ്ങളിലെ - ഉത്തരങ്ങളാകുന്ന തെറ്റുകൾ വളരെ വിലപ്പെട്ട വയാണ്, ഏതോ ഇത്തിരി വെളിച്ചം അവയിൽ ഉണ്ടായിരിക്കും. അതു കൊണ്ടാകാം ദിവ്യമായ ജിജ്ഞാസയാൽ മാത്രം പ്രേരിതനായി, ശ്രീ. ടി.എൻ. ജയചന്ദ്രൻ വിവിധ രംഗങ്ങളിൽ കേരളത്തിൽ അടുത്ത കാലത്ത്, പ്രവർത്തിച്ചവരും പ്രവർത്തിച്ചുകൊണ്ടിരിക്കുന്നവരുമായ ഒട്ടേറെ വ്യക്തികളുടെ ഉത്തരങ്ങൾ ഇങ്ങനെ സംഭരിച്ചുവെച്ചത്. തന്നെത്തന്നെ കാണാൻ ശ്രമിക്കുന്ന മനുഷ്യന്റെ ദയനീയവും മനോഹരവുമായ ചിത്രം ഈ അപൂർവ്വ വിചാര സമാഹാരത്തിൽ പ്രതിബിംബിച്ചു കണ്ട് വായനക്കാർക്ക് വിസ്മയിക്കാൻ ഇതാ ഒരു അവസരം!

■

www.ingramcontent.com/pod-product-compliance
Lightning Source LLC
LaVergne TN
LVHW010330070526
838199LV00065B/5706
9798188582210